മഹാഗണിക്കിടയിലൂടെ

INSIGHT PUBLICA®

Nadakkavu, Kozhikode, Kerala, 673011
www.insightpublica.com
e-mail: insightpublica@gmail.com
Title: Mahaganikkidayiloode
(Malayalam)
Editor: Nizam Chullikkara
First Edition: February 2023
Book Design: kjvj@insight
Printed and Published by
InsightinPublica Printers & Publishers Pvt. Ltd.
ISBN 978-93-5517-322-5

മഹാഗണിക്കിടയിലൂടെ

നിസാം ചുള്ളിക്കര

INSIGHT PUBLICA®

കാസർഗോഡ് ജില്ലയിലെ ചുള്ളിക്കരയിൽ 2002 ഫെബ്രുവരി 7 ന് ജനിച്ചു. ഗവ:എൽ. പി. സ്കൂൾ ചുള്ളിക്കര, ഹോളി ഫാമിലി എച്ച്. എസ്. എസ് രാജപുരം, ഗവ: എച്ച്. എസ്. എസ് ബളാന്തോട് എന്നിവിടങ്ങളിലായി സ്കൂൾ വിദ്യാഭ്യാസം പൂർത്തിയാക്കി. ഇപ്പോൾ ഗവ: എഞ്ചിനീയറിംഗ് കോളേജ് തൃശ്ശൂരിൽ സിവിൽ എഞ്ചിനീയറിംഗിൽ ബിരുദ പഠനം നടത്തുന്നു. 'മഹാഗണിക്കിടയിലൂടെ' ആണ് ആദ്യ കഥാ സമാഹാരം.

നിസാം ചുള്ളിക്കര

ഉള്ളടക്കം

മഹാഗണിക്കിടയിലൂടെ

രാവിലെ തന്നെ ആകാശം നല്ല തെളിഞ്ഞ മട്ടാണ്. നീല നിറത്തിൽ, അനന്തമായി അത് അങ്ങനെ പരന്നു കിടക്കുന്നു. അതിന്റെ അറ്റം തേടി എന്നോണം, പറവകൾ രാവിലെ തന്നെ ചിറ കിട്ടടിച്ചു പറക്കുന്നു. അതിന്റെ ശബ്ദം, ചെവിയെ കീഴ്പ്പെടുത്തുന്നുണ്ട്. ഒപ്പം, താഴെ തോട്ടിൽ ശക്തമായി ഒഴുകുന്ന വെള്ളത്തിന്റെ ശബ്ദവും.

മഴക്കാലമാണ്. വേനൽ കാലത്ത് തോട്ടിൽ കെട്ടിയ ചിറ മലവെള്ള പാച്ചലിൽ ഒലിച്ചു പോയി. എങ്ങും പച്ചപ്പ് മാത്രം. ഇന്നലത്തെ മഴയിൽ വീണ മാങ്ങ പെറുക്കുന്ന കുട്ടികൾ പരസ്പരം അടി കൂടുകയാണ്. താഴെ വീണ ചില മാങ്ങകൾ പൊട്ടിയതാണ് പ്രധാന കാരണം. കയ്യൂക്കുള്ളവർ നല്ല മാങ്ങ എടുക്കും. പിന്നെ ആകെ ബഹളമാവും.

ഇന്നലെ പെയ്ത മഴ, അത് അത്യാവശ്യം നാശം വിതച്ചിട്ടാണ് പോയത്. കവുങ്ങുകളും, വാഴയും അങ്ങനെ പലതും നശിച്ചു. ഗോപാലേട്ട ന്റെ വീടിന്റെ മുന്നിലുണ്ടായ രണ്ട് മഹാഗണിയാണ് താഴേക്ക് പതിച്ചത്. പോകും വഴി, അത് അങ്ങോട്ടേക്കുള്ള കറന്റ് മൊത്തത്തിൽ കൊണ്ട് പോയി.

ആ മഹാഗണി പോയതിൽ ഗോപാലന് മാത്രമേ സങ്കടമുള്ളൂ. പണ്ട്, അച്ഛന്റെ കൂടെ ജോലിക്ക് പോയപ്പോൾ, ഏതോ വീട്ടുക്കാർ തന്നതാണ് അതിന്റെ തൈ. അന്ന്, പണി ഒക്കെ കഴിഞ്ഞു വരുമ്പോ ഴായിരുന്നു അച്ഛൻ ബസ് തട്ടി മരിച്ചത്. ചിത എരിഞ്ഞടങ്ങുമ്പോൾ മനസ്സിൽ ഒരു നീറ്റലായിരുന്നു. അച്ഛന്റെ കൈ പതിഞ്ഞ ആ തൈ അങ്ങനെ കളയാൻ ഗോപാലന് മനസ്സ് വന്നില്ല. അച്ഛന്റെ മണം ആ

തൈയില്ലണ്ടായിരുന്നു. ചിത കത്തി തീർന്ന്, നേരെ തൈ എടുത്ത് വീടിന്റെ മുറ്റത്ത് നട്ടു. അപ്പോഴും മുഖത്ത് കണ്ണീർ തോർന്നിട്ടില്ലായിരുന്നു. ശാരധയും ലതികയും അടുത്തു തന്നെ ഇരിക്കുന്നുണ്ട്. അവർ പരസ്പരം ആശ്വസിപ്പിക്കുന്നു.

ദിവസങ്ങൾ കടന്നു പോയി. ഇതിനിടയിൽ ശാരദയുടെയും ലതികയുടെയും കല്യാണം കഴിഞ്ഞു. ഇതിനിടയിൽ മഹാഗണിയെ പരിചരിക്കാൻ മറന്നു പോയിരുന്നു. അത്രത്തോളം കരുതൽ ആ മഹാഗണിക്ക് നൽകും എന്നു കരുതിയതാണ്. പക്ഷെ, ജീവിതത്തിന്റെ തിരക്കുകൾക്കിടയിൽ അത് വിട്ടു പോയി. ഒരു പക്ഷെ, മറന്നു പോയ ഒരുപാട് കാര്യങ്ങളിൽ ഒന്നു മാത്രമായിരിക്കാം ഈ മഹാഗണി.

പക്ഷെ, മഹാഗണി വളർന്നു. അതിനു മറ്റു വളങ്ങളൊന്നും ആവശ്യമില്ലായിരുന്നു. അത്, അങ്ങനെ വളരുന്നത് യഥാർത്ഥത്തിൽ ആശ്ചര്യം തന്നെയായിരുന്നു. തകർച്ചയുടെ താഴെയറ്റത്തിൽ നിന്നാണ് അത് ഒറ്റയ്ക്ക് വളരുന്നത്. ഗോപാലന് അത് ഒരു പ്രചോദനമായി. പിന്നീടെന്നും അത് ഒപ്പമുണ്ടായിരുന്നു. അതിന്റെ ഓർമ്മകൾ, മഹാഗണിയുടെ വേര് പോലെ തന്നെ മനസ്സിൽ ആഴ്ന്നിറങ്ങി.

“ഇപ്പോളാ വീടിന് ഒരു തെളിച്ചം വന്നേ...

ആ മഹാഗണി ണ്ടായപ്പോ ഈ വീട് കാണുമായിരുന്നോ !?” ഉമ്മറത്ത് കസേരയിൽ ചാരിയിരുന്ന ഗോപാലന് ചായ നൽകി കൊണ്ട് ശാരധേച്ചി പറഞ്ഞു.

“ന്റെ ശാരധേട്ടിയേ...

ഇവനോട് പറഞ്ഞാ ഇവന് മനസ്സിലാവാണ്ടേ

ഞാനും എത്ര പ്രാവിശ്യാ പറഞ്ഞേ... പറഞ്ഞു പറഞ്ഞു എന്ക്ക് മടുത്തു” ലതികേച്ചിയും കൂട്ടി ചേർത്തു. !

“ഇവന് ചോറ് ഇറങ്ങണേങ്കി തന്നെ ആ മഹാഗണിനെ കാണണേ....” ശാരധേച്ചി കുറച്ച് പരിഹാസത്തോടെ പറഞ്ഞു.

“ഓന് വെഷമം ണ്ടാവും...

ഓനല്ലേ ഇതെല്ലാം ണ്ടാക്കിയേ...

ഈ മഹാഗണിയും, തോട്ടവുമെല്ലാം...” ലതികേച്ചിയുടെ സ്നേഹം അതിൽ കാണാമായിരുന്നു.

തെല്ലഭിമാനത്തോടെ ഗോപാലേട്ടൻ അതൊക്കെ കേട്ടിരുന്നു, ഒപ്പം ഒരു ചിരിയും. മനസ്സിൽ പല ഓർമകളും കടന്നു പോയി.

“ഞാൻ ആ കെ എസ് ഇ ബി ക്കാരെ ഒന്നൂടി വിളിക്കട്ടെ...

മരം മുറിക്കാൻ ആൾക്കാരിപ്പോ വരും...

ഓർക്ക് ചായ കൊടുക്കണേ... ഞാൻ ഇപ്പൊ വരാ” ഒരു കള്ളി ഷർട്ട് ഇട്ട് കൊണ്ട് ഗോപാലേട്ടൻ പുറത്തേക്കിറങ്ങി.

നിലം പതിച്ച ആ മഹാഗണിയുടെ അടുത്ത് കുറച്ച് നേരം. പിന്നെ പുറത്തേക്ക് നടന്നു. എങ്ങോട്ടേക്കെന്നില്ലാതെ അയാൾ നടത്തം തുടർന്നു. തോടിന്റെ കരയിൽ അയാളുടെ നടത്തം അവസാനിച്ചു. അവിടെയായിരുന്നു അച്ഛനെ ദഹിപ്പിച്ചത്. അവിടെയും കുറച്ച് നേരം. അയാൾക്ക് മൗനം ആവശ്യമായിരുന്നു. തണുത്ത കാറ്റ്, അത് മനസ്സിനെ തഴുകി. വീട്ടിലേക്ക് മെല്ലെ മെല്ലെ അയാൾ ചുവട്ടു വെച്ചു.

ശാരദയുടെയും ലതികയുടെയും സംസാരം ഇത് വരെ തീർന്നില്ല. കുറച്ച് നാളായി അവർ കണ്ടിട്ട്. ഇവർക്ക് എന്താ ഇത്ര മാത്രം സംസാരിക്കാനുള്ളതെന്ന് ഗോപാലൻ സ്വയം ആലോചിച്ചു.

“അവര് ഇത് വരെ വന്നില്ലേ” മരം വെട്ടുകാരെ കാണാത്തത് കൊണ്ട് ഗോപാലൻ ചോദിച്ചു.

“ല്ലാ...” രണ്ടു പേരും മറുപടി നൽകി.

“അവര് വരുമ്പോ എന്നെ വിളിക്ക്” വലിയ ഒച്ചപ്പാടില്ലാതെ പറഞ്ഞു ഗോപാലൻ ഉള്ളിൽ പോയി കുറച്ചു സമയം കിടന്നു.

“ഇവന് നല്ല വെഷമം ണ്ട്...” ലതികയോടായി ശാരധ പറഞ്ഞു.

“ആ, ഇല്ലാണ്ടിരിക്കുവോ...

ഓന് അത്രയും കാര്യായിരുന്നില്ലേ അത്...” ലതിക മറുപടി നൽകി.

ഉള്ളിൽ ഗോപാലൻ കണ്ണ് തുറന്ന് തന്നെ കിടക്കുകയാണ്-വർഷങ്ങൾക്ക് മുമ്പ് അച്ഛൻ മരിച്ചപ്പോൾ, കിടന്ന അതേ കിടത്തം അയാൾ ആവർത്തിച്ചു.

മനസ്സിൽ, പഴയ ഓർമ്മകൾ വീണ്ടും തിരയടിക്കുന്നു. അന്നൊരു ദിവസം, അമ്മ മരിക്കുന്നതിന് മുമ്പ്, അച്ഛനുമായി നല്ല വഴക്കായിരുന്നു.

“ഇവൻ പത്ത് പാസ്സായി. പ്രീ ഡിഗ്രിക്ക് പോണം എന്നാ പറയുന്നേ...” അമ്മ അച്ഛനോട് പറഞ്ഞു.

“നിന്റെ മേലെ രണ്ട് പെണ്ണ് ണ്ട്...

നിനക്കറിയാലോ അത്...

ഇവരെ കെട്ടിക്കണം... എന്നെ കൊണ്ട് മാത്രം ഇതൊന്നും

നടക്കില്ല!" ഗോപാലനെ നോക്കി മറുപടി കൊടുത്തു.

"അച്ഛാ, എനിക്ക് പഠിക്കണം..."

"നിന്റെ തായെയുള്ളവരെ ങ്ങനെ കെട്ടിക്കും എന്ന് നീ ആലോചിച്ചിട്ടുണ്ടോ?

നീ നിന്റെ ഇഷ്ടമുള്ളത് പോലെ ചെയ്യ്..."

"എനക്ക് പഠിക്കണം..."

പിന്നീട് എന്നും ബഹളം ആയിരുന്നു അവിടെ. പഴ്യെ അച്ഛൻ അക്രമകാരിയായി മാറി. അമ്മയെ എന്നും തല്ലും.

"നിനക്കല്ലേ ഓനെ പഠിക്കാൻ വിടണ്ടേ!" എന്നും അച്ഛന്റെ ദേഷ്യം ഇതായിരിക്കും. പിന്നെ പിന്നെ അച്ഛൻ പണിക്ക് പോകാതെയായി.

"ദാ...

ഇങ്ങനെ പണിക്ക് പോകാതെ നിന്നാ ഞാനും മക്കളും വേറെ പണിക്ക് പോകേണ്ടി വരും..." അമ്മ പറഞ്ഞു.

"നീ എന്താടീ പറഞ്ഞേ..." അച്ഛൻ പിന്നെയും അമ്മയെ തല്ലും.

അങ്ങനെ ഒരു ദിവസം അമ്മയ്ക്ക് ഒരു നെഞ്ച് വേദന വന്നു. അമ്മ പോയി.

വീട് ഉറങ്ങിയ സ്ഥിതിയായി. അച്ഛൻ വീണ്ടും പണിക്ക് പോകാൻ തയ്യാറെടുത്തു.

ഒന്നു ചുമച്ച് കൊണ്ട് അച്ഛൻ പറഞ്ഞു.

"എന്നെ കൊണ്ട് മാത്രം മുന്നോട്ടേക്ക് പോകാൻ പറ്റാത്ത സ്ഥിതിയാണ്.

പണ്ടത്തെ പോലെയൊന്നും ആരോഗ്യമില്ല...

നീയും കൂടി വരണം..." അച്ഛൻ മുഖത്ത് നോക്കാതെ ആരോടോ ആയി പറഞ്ഞു.

മുഖത്ത് നോക്കാതെ, മിണ്ടാതെയായിട്ട് ഒന്നര വർഷം പിന്നിട്ടിരിക്കുന്നു.

പിറ്റേന്ന് രാവിലെ അച്ഛന്റെ കൂടെ ഗോപാലനും പണിക്ക് പോയി. ദിവസങ്ങൾ ഇങ്ങനെ പോവുകയാണ്. എന്നാലും പരസ്പരം അവർ മിണ്ടിയില്ല.

ഗോപാലന്, ഇതു വരെ അച്ഛനെ കുറിച്ചുള്ള തന്റെ മനോഭാവം മാറിയില്ല. തന്നെ പഠിക്കാൻ വിടാത്ത, തന്റെ അമ്മയുടെ മരണത്തിനു

ഒരു പരിധി വരെ കാരണക്കാരനായ, വീട്ടിലെ സൗന്ദര്യം ഇല്ലാതാക്കിയ ആ മനുഷ്യനെ അച്ഛനായി കാണാൻ ഗോപാലന് അല്പം ബുദ്ധിമുട്ടായി.

അങ്ങനെ ഒരു ദിവസം, മത്തായി ചേട്ടന്റെ പറമ്പിൽ പണിക്ക് പോയപ്പോഴായിരുന്നു ആ മഹാഗണി തൈ കണ്ടത്. മത്തായി ചേട്ടൻ, അത് അച്ഛന് കൊടുത്തു. അച്ഛൻ, അത് ഗോപാലന് നൽകി. കൈ നീട്ടണോ വേണ്ടയോ എന്ന് ആലോചിക്കുന്നതിനു മുമ്പേ കൈ നീട്ടി പോയി. അന്ന് വീട്ടിലേക്ക് വരുമ്പോൾ, അമിത വേഗതയിൽ വന്ന ബസ്

അച്ഛനെ തട്ടി. കൈയിലേക്ക് അച്ഛനെ എടുക്കുമ്പോൾ, ചോരയിൽ കുതിർന്നിരുന്നു. ചോര പറ്റിയ കൈ കണ്ട് ഗോപാലൻ പെട്ടന്ന് തന്നെ നിശബ്ദനായി. കുറച്ച് നിമിഷം.

"അച്ഛാ...." ഗോപാലൻ ഒരു കുട്ടിയെ പോലെ തേങ്ങി.

ഗോപാലന്റെ ഒച്ച അവിടെ പ്രതിധ്വനിച്ച് കൊണ്ടിരുന്നു.

"അച്ഛാ..." ചെവിയിൽ ആ ശബ്ദം.

ഗോപാലൻ വീണ്ടും തേങ്ങുന്നു. പെട്ടെന്ന് അയാൾ ചെറിയ മയക്കത്തിൽ നിന്നും എഴുന്നേറ്റ - അച്ഛാ... !

ശാരധയും ലതികയും വേഗം തന്നെ മുറിയിലേക്ക് വന്നു.

"എന്താടാ..."

"ഒന്നുമില്ല... ലേശം വെള്ളം"

ലതിക വെള്ളം കൊണ്ട് വന്നു.

"അവർ ഇത് വരെ വന്നില്ലേ !?"

"കെ എസ് ഇ ബി ക്കാർ വന്ന് കറന്റ് ശരിയാക്കി. മരം മുറിക്കാൻ അവർ ഇത് വരെ വന്നില്ല..." ലതിക പറഞ്ഞു.

"ഞാൻ ഒന്ന് നോക്കിയിട്ട് വരാം..."

അയാൾ നടക്കാൻ തുടങ്ങി. മുറ്റത്തേക്കിറങ്ങിയപ്പോൾ തന്നെ മരം മുറിക്കാരെ കണ്ടു.

"ന്താ സുകു... തിരക്കായിരുന്നോ?" അവരെ കണ്ടപ്പോൾ ഗോപാലൻ ചോദിച്ചു.

"ന്റെ ഗോപലേട്ടാ...

എല്ലായിടത്തും മരം വീണ് ആകെ പ്രശ്നാ... ഇങ്ങനെ ഓരോ സ്ഥലത്ത് പോയിട്ട് വരണ്ടേ"

"അത് ശരിയാ, വേഗം നടക്കട്ടെ"

“ശരിക്കും മഹാഗണി പോയപ്പോ ഒരു തെളിച്ചം ഒക്കെ വന്ന്...”

“മ്മ്, പണി നടക്കട്ടെ...”

അവർ മരം മുറിക്കാൻ തുടങ്ങി. ചെറു ചില്ലകൾ മുറിച്ച്, ആ മൊത്തം മരത്തെ പതിയെ പതിയെ ഇല്ലാതാക്കി കൊണ്ടിരുന്നു. ഓരോ തവണ മരത്തിലേക്ക് വാൾ വെക്കുമ്പോൾ, ഗോപാലന്റെ മനസ്സും മുറിഞ്ഞു കൊണ്ടേ ഇരുന്നു. മെല്ലെ, ആ മരം മുഴുവനായി മുറിച്ചെടുത്തു.

“ഇതിനെ കൊണ്ട് ഒരു കാര്യവുമില്ല... ഇതിനു അത്ര പൈസ ഒന്നും കിട്ടൂല്ല” സുകു പറഞ്ഞു.

“ആ, ഇത് നിങ്ങളന്നെ കൊണ്ടോയിക്കോ”

അവരുടെ കൂലിയും കൊടുത്ത്, അവരെ ഗോപാലൻ യാത്രയാക്കി.

സമയം സന്ധ്യയായിരിക്കുന്നു. മാനത്ത്, ഇരുട്ട് വീഴുന്നു. വീടിനു മുന്നിൽ, വലിയ ശൂന്യത - ഗോപാലന്റെ ഉള്ളിലും. അയാൾ, മഹാഗണിക്കിടയിലൂടെ നടന്നു. അവിടം ഇല്ലാതായിരിക്കുന്നു. അയാൾ ആ വിടവ് തിരിച്ചറിഞ്ഞു. ശൂന്യതയിലേക്ക് നോക്കി സ്വയം അയാൾ ഏതോ തമോഗർത്തിലേക്ക് നടന്നകന്നു.

“അച്ഛാ...

അച്ഛാ...”

അയാൾ വീണ്ടും അലറി.

മഴ പെയ്തതിന്റെ പിറ്റേന്ന്

ചേറ്റുകല്ലിൽ നിന്ന് ഏകദേശം ഒന്നര കിലോമീറ്ററോളം കുത്തനെയുള്ള കയറ്റം കഴിഞ്ഞു വേണം ഇടക്കടവിലേക്ക് എത്താൻ. ജീപ്പല്ലാതെ മറ്റു വണ്ടികൾക്ക് ഇവിടം എത്തണമെങ്കിൽ വലിയ കടമ്പ കടക്കേണ്ടതുണ്ട്. പണ്ട് ഇവിടെയുള്ളവർ ഒരു ജന്മിയുടെ കുടിയാന്മാരായിരുന്നു. അങ്ങനെ ഒരിക്കൽ അവർ സ്വന്തമായി ഭൂമിയും വീടും വേണമെന്ന് പറഞ്ഞ് സമരത്തിനിറങ്ങി. സമരത്തിന്റെ അവസാനം സർക്കാർ അവർക്കൊക്കെയും ഭൂമി നൽകി. അങ്ങനെ യാണ് ചേറ്റുകല്ലും ഇടക്കടവും ഒക്കെ ജനവാസ മേഖലയായി വളർ ന്നത്. ചേറ്റുകല്ല് എത്താൻ തന്നെ നല്ല പ്രയാസമാണ്. നല്ല വഴിയില്ല, ഉള്ള വഴിയാണെങ്കിൽ മുഴുവനും കല്ലും ചരളും മണ്ണും നിറഞ്ഞിരിക്കുന്നു. അവിടെ നിന്ന് ഇടക്കടവിലേക്ക് പിന്നെ പറയേണ്ട കാര്യമില്ലല്ലോ!

ഇതൊക്കെ കടന്നിട്ടാണ് ദിവസവും ബിനു സ്കൂളിൽ പോകുന്നത്. അവൻ ഇത് വരെ അച്ഛനെ കണ്ടിട്ടില്ല. സ്കൂളിലെ രജിസ്റ്ററിൽ ചന്ദ്രൻ എന്നാണ് അച്ഛന്റെ പേര്. അന്ന് സ്കൂളിൽ ചേർക്കുമ്പോൾ കേട്ട പരിഹാ സത്തിന് ഒരു കണക്കുമില്ല. പിന്നെയാണ് ബിനു മനസ്സിലാക്കിയത്, ഈ പരിഹാസങ്ങളൊക്കെയും കാലാ കാലങ്ങളായി ഇങ്ങനെ തുട രുന്നതാണെന്ന്.

ഒരു ദിവസം ബിനുവും ചങ്ങാതിമാരും സിനിമയ്ക്ക് പോയി. തിരിച്ച് വരുമ്പോൾ പ്രതീക്ഷിച്ചതിലും വൈകിയിരുന്നു. അത് കൊണ്ട് തന്നെ ഇടക്കടവിലേക്ക് ടൗണിൽ നിന്നും ഓട്ടോ റിക്ഷയിലാക്കി യാത്ര. പത്ത് മിനിറ്റ് ഓട്ടോ സഞ്ചരിച്ചിട്ടുണ്ടാകണം, ചേറ്റുകല്ല് എത്തുന്നതിനു ഏകദേശം രണ്ട് കിലോമീറ്ററോളം മുമ്പ് ഡ്രൈവർ വണ്ടി നിർത്തി.

"ഇനി പോവില്ലാട്ടോ, ഇവിടെ ഇറങ്ങിക്കോ" കണ്ണുകൾ ചുവന്നിരിക്കു ന്ന അയാളുടെ ശബ്ദം വല്ലാതെ പേടിപ്പെടുത്തുന്നത് പോലെ തോന്നി.

"ഞങ്ങൾ ആദ്യമേ പറഞ്ഞതല്ലേ...

പിന്നെ എന്താ ഇപ്പൊ ഇങ്ങനെ" ബിനു അങ്ങനെ വിട്ട് കൊടുക്കാൻ തയ്യാറായില്ല.

"ടാ ______ മോനെ, ഡയലോഗ് അടിക്കാതെ ഇറങ്, രാത്രി പണിയാക്കാനായി ഇറങ്ങിക്കോളും ഓരോന്ന്..." അയാളുടെ ശബ്ദവും രൂപവും മാറുകയാണ്.

"എന്നാൽ ഞങ്ങൾ പൈസ തരുന്നില്ല"

"കളിക്കാണ്ട് പൈസ എടുക്ക്" അയാളുടെ കൈകൾ ബിനുവിന്റെ മുഖത്ത് പതിച്ചു. അയാൾ മറ്റുള്ളവരുടെ നേരെയും തിരിഞ്ഞു. അവർ വേഗം തന്നെ പൈസ കൊടുത്തതിനാൽ അയാൾ അതും വാങ്ങി വേഗം അവിടെ നിന്ന് പോയി. ഓട്ടോ റിക്ഷയുടെ ശബ്ദം ഇല്ലാതാകു ന്നത് വരെ അവർ അവിടെ തന്നെ ഇരുന്നു. എങ്ങും ഇരുട്ട് മാത്രം. ഇരുട്ട് കൂടി വരുകയാണ്.

പിറ്റേന്ന് രാത്രിയിൽ അവൻ അമ്മയുടെ കൂടെ കുറേ സമയം ഇരുന്നു.

"അമ്മേ, നമുക്ക് ഇവിടെ നിന്ന് എവിടേക്കെങ്കിലും മാറി താമസി ച്ചൂടേ?"

"എന്താടാ ഇപ്പൊ?" 'അമ്മ അവന്റെ തലയിൽ തലോടി ചോദിച്ചു.

"മടുത്തു, എത്രയാണെന്ന് വെച്ചാ ഇങ്ങനെ..." അവന്റെ കണ്ണുകൾ നിറഞ്ഞിട്ടുണ്ട്.

"എങ്ങനെ മാറും? അതിനൊക്കെ നല്ല പൈസ വേണ്ടേ!നമ്മടെ കൈയിൽ എവിടെയാ പൈസ..." നിരാശയോടെ 'അമ്മ പറഞ്ഞു.

"നീ നല്ലോണം പഠിക്ക്, പഠിച്ചാൽ എല്ലാത്തിനും മാറ്റമുണ്ടാകും. നീ എന്താ ചെയ്യേണ്ടതെന്ന് വെച്ചാ അതൊക്കെ നോക്കി ചെയ്യ്"

പിറ്റേന്ന് അവൻ ചന്ദ്രേട്ടന്റെ വീട്ടിൽ പോയി. ആളായിരുന്നു ആ നാട്ടിലെ പുറത്തൊക്കെ പോയി പഠിച്ച ഏക വ്യക്തി. പുറത്തെന്ന് പറയുമ്പോൾ ജില്ല വിട്ടു എന്ന് മാത്രം. അങ്ങനെ ആളുടെ നിർദ്ദേശ പ്രകാരം തിരുവനന്തപുരത്ത് പഠിക്കാൻ ബിനു തീരുമാനിച്ചു. ചന്ദ്രേട്ടനും അവിടെയായിരുന്നു പഠിച്ചത്.

അങ്ങനെ ഒരു വൈകുന്നേരം. വെയിലൊക്കെ താണിട്ടുണ്ട്. ബിനുവും കൂട്ടുകാരും ആ വലിയ മാവിൻ ചുവട്ടിലിരുന്ന് എന്തൊക്കെയോ

സംസാരിക്കുകയാണ്. എറിഞ്ഞിടാൻ പറ്റാത്തയത്ര ഉയരത്തിലാണ് മാങ്ങയെങ്കിലും ചില അതി സാഹസികർ ശ്രമിക്കാതിരിന്നില്ല. ഇളം കാറ്റ് വീശുന്നുണ്ട്.

“ഞാൻ പഠിക്കാൻ പോന്ന്”

“ഏടെ?” രമേശൻ ചോദിച്ചു.

“തിരുവനന്തപുരം. അവിടെ നമുക്ക് ഹോസ്റ്റൽ ഉണ്ട്. വേറെ ചിലവ് ഒന്നുമില്ല. ചന്ദ്രേട്ടൻ എല്ലാം ശരിയാക്കി തരാമെന്ന് പറഞ്ഞിട്ടുണ്ട്”

“അത് നന്നായി, എന്നാ നീ പോന്നെ?” സന്ദീപിന്റെ വകയായിരുന്നു ചോദ്യം.

“നാളെ പോണം, എല്ലാരും ണ്ടാവൂല്ലേ...”

“എടാ, എനിക്ക് നാളെ പണി ണ്ട്, അത് കളയണ്ടേ...

ഞാൻ ണ്ടാവൂല്ല...” സന്ദീപ് ചെറിയ മൗനത്തിനു ശേഷം പറഞ്ഞു.

അവർ അവിടെ കുറേ സമയം ഇരുന്നു. ശരിയാണ്, ഇത്തരം സന്ദർഭങ്ങളിൽ സമയത്തിന്റെ വേഗത അതിശയിപ്പിക്കുന്നതാണ്. എത്ര പെട്ടെന്നാ സമയം പോവുന്നത് !അവർ മാവിൻ ചുവട്ടിൽ നിന്നും നടന്നു. മാനം കറുക്കുന്നുണ്ട്. ചെറിയ കാറ്റ് വീശി. മഴയ്ക്കുള്ള കോളാണ്. മാങ്ങ ആരെയോ തേടി താഴേക്ക് വീണിട്ടുണ്ടാകണം.

ഇരുട്ട് നന്നായി പരന്നിരുന്നു. രാത്രിയിലെ ഭക്ഷണം കഴിഞ്ഞ ശേഷം സന്ദീപ് ഉമ്മറത്തെ തിണ്ണയിൽ ഇരുത്തം ഉറപ്പിച്ച് അങ്ങ് ദൂരേക്ക് നോക്കി വലിയ ആലോചനയിലേക്ക് കടന്നു. സന്ദീപിനും പഠിക്കാൻ നല്ല ഇഷ്ടമായിരുന്നു.

“കുറേ സമയമായല്ലോ ഇങ്ങനെ ഇരിക്കാൻ തുടങ്ങിയിട്ട് !” അമ്മ അവനെ സ്വപ്നത്തിൽ നിന്നും ഉണർത്തി.

“മ്മ്, നാളെ അവൻ പോവുകയാണ്...”

“ബിനുവല്ലേ...”

“മ്മ്” ഒരു ദീർഘ നിശ്വാസം. കണ്ണുകൾ കുറച്ച് സമയത്തേക്ക് അടഞ്ഞു.

“ഞാൻ കിടക്കട്ടെ” പറഞ്ഞു പൂർത്തിയാക്കാൻ പറ്റാതെ സന്ദീപ് ഉള്ളിലേക്ക് പോയി. പുറത്ത് മഴയുടെ ശക്തി കൂടിയും കുറഞ്ഞും പെയ്യുന്നു.

കിടത്തത്തിനിടയിൽ കഴിഞ്ഞു പോയ സമയത്തെ അവൻ ഓർത്തു കൊണ്ടിരുന്നു. അന്ന് നാട്ടിലെ ഒരു പാരലൽ കോളേജിലേക്ക് അച്ഛന്റെ കൂടെ പോയതും, അവിടത്തെ ഫീസ് കേട്ട് മറിച്ചൊന്നും ചിന്തിക്കാതെ

വന്നതും ഓർമയിൽ നിറഞ്ഞു. കഴിഞ്ഞു പോയതിനെ കുറിച്ച് ആലോചിച്ച് കാര്യമില്ലല്ലോ!അവൻ ഓർമകളിൽ നിന്നും പുറത്തേക്ക് വന്നു. പുറത്ത് മഴ ശക്തിയായി തന്നെ. മഴ പെയ്തതിന്റെ പിറ്റേന്ന് ബിനു തിരുവനന്തപുരത്തേക്ക് പോയി.

* * *

പുതു യാത്ര. പുതിയ ജീവിതങ്ങൾ. മറ്റൊരു ജീവിത രീതിയിലേക്ക് പോവുകയാണ്. കൂട്ടത്തിൽ തന്റെ നാടിനെ മുന്നോട്ടേക്ക് എത്തിക്കണം എന്ന വലിയ ചിന്തയും അവന്റെ തലയിലുണ്ട്. നടക്കില്ലായെന്ന് തോന്നുന്നു. അതത്ര എളുപ്പമല്ല. അല്ലെങ്കിൽ ചന്ദ്രേട്ടൻ ചെയ്യുമായിരു ന്നില്ലേ !എത്ര പിന്നിലാണ് തന്റെ നാട് !അടച്ചുറപ്പുള്ള ഒരു വീടുണ്ടോ അവിടെ? എവിടെയെങ്കിലും ശുചിമുറിയുണ്ടോ? തങ്ങൾ അവഗണന യുടെ അങ്ങേയറ്റത്തതാണുള്ളതെന്ന് അവൻ മനസ്സിലാക്കുകയാണ്.

ദിവസങ്ങൾ കടന്നു പോവുന്നതിനനുസരിച്ച് ജീവിതത്തിന്റെ വിരസത കൂടുന്നു. എവിടെയൊക്കെയോ എന്തൊക്കെയോ തന്നെ വേട്ട യാടുകയാണ്. എന്നും ആ ഓട്ടോ റിക്ഷാക്കാരനെ ഓർക്കും. അതിന്റെ ശബ്ദം മായുന്നത് വരെ അവിടെ ഇരുന്നതിനെ കുറിച്ചോർത്ത് നെടു വീർപ്പിടും. പലതും ഇങ്ങനെ ഓർമകളിലേക്ക് വരും. ഓർമയിൽ നിന്ന് രക്ഷപ്പെടാൻ അവൻ ഓടി. ഓട്ടത്തിന് ശേഷം ക്ഷീണം!വിശ്രമത്തിനി ടയിൽ വീണ്ടും ഓർമയിലേക്ക് വഴുതി വീഴും. ഇനിയെത്ര ഓടിയാലും ആ കയത്തിൽ നിന്ന് രക്ഷയില്ലായെന്ന് ബോധ്യമാവുകയാണ്. ഒഴുക്കിന് കുറുകെ നീന്തണം. മഴ പെയ്തതിന് ശേഷമുള്ള തോട്ടിലെ മലവെള്ള പാച്ചലിൽ ഒഴുക്കിന് കുറുകെ എന്നത് അത്ര നിസാരമല്ല.

അങ്ങനെയിരിക്കെയാണ് സൗമ്യയെ പരിചയപ്പെടുന്നത്. അവർ തമ്മിൽ വേഗം സൗഹൃദത്തിലായി. അങ്ങനെയങ്ങനെ ഒരു ദിവസം ബിനു തന്റെയും നാടിന്റെയും പൂർണ വിവരണം അവൾക്ക് പറഞ്ഞു കൊടുത്തു. അവൾക്ക് എന്തെങ്കിലുമൊക്കെ ചെയ്യാനാകുമായിരിക്കും. അവളുടെ അച്ഛൻ ഒരു പ്രമുഖ പാർട്ടിയുടെ സംസ്ഥാനത്തിലെ തന്നെ വലിയ നേതാവാണ്. ഒരു ദിവസം ബിനു നാട്ടിൽ പോകുമ്പോൾ സൗമ്യയെയും കൂടെ കൂട്ടി.

"ഇവിടെ ഒരിടത്തും ബാത്റൂം ഇല്ലാല്ലേ..." അവൾ ഒന്നു കൂടി ഞെട്ടി. നേരത്തെ കേട്ടപ്പോൾ ഉള്ളതിനേക്കാളും ഭയാനകരമാണ് അവിടത്തെ അവസ്ഥ.

അവൾ കൈയിലുണ്ടായിരുന്ന പേപ്പറിൽ എന്തൊക്കെയോ എഴുതി യെടുക്കുന്നുണ്ടായി. ഓരോ വീടും കയറിയിറങ്ങി പലതും മനസ്സിലാക്കി.

"നമുക്ക് ശരിയാക്കാം, ഗവണ്മെന്റിനു എന്തൊക്കെയോ പദ്ധതികൾ ണ്ട്...

ഞാൻ അച്ഛനോട് ചോദിച്ച് ബാക്കി പറയാം."

ബിനുവിന്റെ വീട്ടിൽ നിന്നും ഭക്ഷണം കഴിച്ച് അവർ രണ്ടാളും ഇറങ്ങി.

കുറച്ച് മാസങ്ങൾക്ക് ശേഷം വലിയ മാറ്റങ്ങൾ അവിടെയുണ്ടായി. നല്ല വീടും ശുചിമുറിയും ഒക്കെ അവിടെ വന്നു. പ്രസവിക്കാൻ അവർ ആശുപത്രിയെ തന്നെ തിരഞ്ഞെടുത്തു. കുട്ടികൾ സ്കൂളിൽ പോകാൻ തുടങ്ങി. അങ്ങനെയങ്ങനെ ഒരുപാട് മാറ്റങ്ങൾ സൗമ്യയും ബിനുവും കാരണം ഉണ്ടായി എന്ന് പറയാം.

അങ്ങനെ കോളേജ് കഴിയുന്ന ദിവസത്തെ വൈകുന്നേരം. മിക്കവരും അതിവൈകാരികതയുടെ ഉയർന്ന തലങ്ങളിലാണ്.

"താങ്ക്സ്" അവളോടായി ബിനു പറഞ്ഞു.

"ഏയ് ഫോർമൽ ആവല്ലേ..."

"എന്നാലും"

"ശരി, ഞാൻ പോവട്ടെ, കാണാം..." ചിരിച്ചു കൊണ്ട് അവൾ പറഞ്ഞു.

"കാണുവോ?" അവൾ വീണ്ടും ചിരിച്ചു.

അവൾ നടന്നകന്നു. ഇളം കാറ്റ് വീശുന്നുണ്ട്. മഴ ചെറുതായി പെയ്യാൻ തുടങ്ങി. ഉള്ളിൽ മനസ്സിന്റെ ഏതോ കോണിൽ നിന്നും ഓർമ കളുടെ തീ കെടാൻ പോവുകയാണ്. സൗമ്യ മുന്നിൽ നിന്നും മായുന്നു. അവളുടെ നിഴൽ മൂടമുണ്ടാക്കി. പതിയെ അത് ശക്തമായ ഇരുട്ടിലേക്ക് നീങ്ങി. അന്നത്തെ ഓട്ടോ റിക്ഷ, അന്നത്തെ ഇരുട്ട് !സൗമ്യ പോയി കഴിഞ്ഞിരിക്കുന്നു. ശക്തമായ മഴ പെയ്യുന്നു. അതിന്റെ പിറ്റേന്ന് ബിനു നാട്ടിലേക്ക് മടങ്ങി.

വർഷങ്ങൾക്ക് ശേഷം ബിനുവും കുറേയാൾക്കാരും ഇടക്കടവിൽ നിന്നും താഴേക്കിറങ്ങി. അവിടെ ഇപ്പോൾ കുറച്ചാൾക്കാർ മാത്രമേ താമസിക്കുന്നുള്ളൂ. സന്ദീപ് അവിടെ തന്നെ തുടർന്നു. സൗമ്യ എവിടെ യായിരിക്കും? അന്നത്തെ ദിവസത്തിന് ശേഷം സൗമ്യയെ പിന്നെ കണ്ടേയില്ല.

* * *

“സാറേ” എന്ന വിളി കേട്ടാണ് ബിനു കസേരയിലെ ഉറക്കത്തിൽ നിന്നും പെട്ടെന്ന് എഴുന്നേറ്റത്. സമയം ഏകദേശം പുലർച്ചെ നാല് മണിയൊക്കെ കഴിഞ്ഞിട്ടുണ്ടാകണം.

“പിള്ളേര് ഒന്നും കഴിച്ചിട്ടില്ല സാറേ, എന്തെങ്കിലും ചെയ്യ് സാറേ”

“സാറേ ഞങ്ങ എവടെ കിടക്കും...”

ഓരോ ആൾക്കാരും ആവലാതി പറയുന്നു. ഇന്നലെ തൊട്ട് ശക്തമായ മഴയാണ്. മഴയും കാറ്റും ഇടിയും അവസാനിക്കുന്ന ലക്ഷണമേ ഇല്ല. എല്ലാവരെയും ക്യാമ്പിലേക്ക് മാറ്റിയിരിക്കുകയാണ്. സ്ഥലത്തെ വില്ലേജ് ഓഫീസറാണ് ബിനു.

“ആരും സങ്കടപ്പെടേണ്ട, സർക്കാരിന്റെ സഹായം എന്തായാലും ഉണ്ടാവും. പിന്നെ എല്ലാവരും ഉണ്ടല്ലോ...” ഇടറാതെ പറഞ്ഞൊപ്പിക്കാൻ ബിനു കുറച്ചധികം പണിപ്പെട്ടു. നാട്ടിലെ സാമൂഹ്യ പ്രവർത്തകരും രാഷ്ട്രീയക്കാരും എല്ലാവരും അവിടെയുണ്ട്. അങ്ങോട്ടും ഇങ്ങോട്ടും നിർദ്ദേശങ്ങൾ നൽകുകയാണ് അവരെല്ലാം. കുറച്ച് മനുഷ്യർ അവിടേക്ക് വെള്ളം ഭക്ഷണവും വസ്ത്രവുമെല്ലാം എത്തിക്കുന്നുണ്ട്.

“സാറേ...” കേട്ടു പഴകിയ ശബ്ദം.

അതെ, സന്ദീപ് തന്നെ. പരസ്പരം കുറച്ച് സമയം നോക്കി. രണ്ടു പേരുടെയും കണ്ണുകൾ നിറയുന്നു. ഒരു ആലിംഗനം - ആഴമേറിയ ഒന്ന്.

പഴയ ഓർമയിലേക്ക് അവൻ സഞ്ചരിക്കുകയാണ്. വീണ്ടും വീണ്ടും അവനെ ഓർമ്മകൾ വേട്ടയാടുന്നു. വേട്ടയാടുമ്പോൾ അവൻ കുതിച്ചോടും. ശേഷം ക്ഷീണം. മാറ്റമില്ലാതെ ഇത് നീളുന്നു. എത്രയെത്ര മഴകൾ പെയ്തു. പക്ഷെ അവസാന പുൽനാമ്പ് പോലെ കുറച്ച് ഓർമകളെയെങ്കിലും അവിടെ അവശേഷിപ്പിക്കുന്നു. മെല്ലെ അത് വ്യാപിക്കുന്നു.

അന്ന് മഴ പെയ്തില്ലായിരുന്നുവെങ്കിൽ...

രണ്ട് പോലീസ്

അപ്പോൾ മേഘം വന്ന് സൂര്യനെ മൂടിയത് കൊണ്ടാവണം ആകാശം പെട്ടെന്ന് തന്നെ കറുത്തു. ജയദേവന്റെ കണ്ണിലും ഇരുട്ട് കയറുകയാണ്. മഴ മെല്ലെ മെല്ലെ ചാറി. അയാളുടെ കണ്ണുകൾ പേടി കൊണ്ടെന്ന പോലെ ചുറ്റും നോക്കിക്കൊണ്ടിരിക്കുന്നു. ഒരു മന്ദിപ്പ്. അയാൾക്ക് പിന്നിലേക്ക് നോക്കാൻ ധൈര്യമില്ലായിരുന്നു, എന്നിട്ടും കഷ്ടപ്പെട്ട് തിരിഞ്ഞ് നോക്കി. പിന്നിലേക്ക് അറ്റമില്ലാതെ നീണ്ടു കിടക്കുന്ന മണ്ണിട്ട പാത. അത്ര നല്ലതല്ലാത്ത, ആ മണ്ണിട്ട റോഡിൽ ജീവനും കൊണ്ട് ഓടേണ്ടി വന്നതിനെ കുറിച്ചോർത്ത് അയാൾ അവിടെയുണ്ടായ കല്ലിൽ ഇരുന്നു. നല്ല ക്ഷീണമുണ്ട്. അയാളുടെ കണ്ണുകൾ പതിയെ അടയുകയാണ്. മെല്ലെ മെല്ലെ അയാൾ ചെറിയ മയക്കത്തിലേക്ക് വഴുതി വീണു.

ഇരുപത്തിമൂന്ന് വർഷം മുമ്പാണ് ജയദേവൻ സർവീസിൽ കയറിയത്. ഇന്ന് അയാൾക്ക് ഏകദേശം അമ്പത് വയസ് ആയിട്ടുണ്ടാകണം. മുടിയിലും മീശയിലും നര നന്നായി കേറിയിട്ടുണ്ട്. ഇരുപ്പത്തിയഞ്ച് വർഷത്തിന് മുകളിൽ ജോലി ചെയ്തപ്പോഴും ആകെ വന്ന മാറ്റം ഈ നര മാത്രമായിരുന്നു. ഈ കാലത്തിനിടയിൽ എത്രയോ സ്റ്റേഷനുകൾ, എത്രയെത്ര പോലീസുകാർ...

കസബ സ്റ്റേഷനിലായിരുന്നു ജയദേവൻ ആദ്യം ജോലി ചെയ്തത്. അവിടെ തന്നെയായിരുന്നു ബാബുവും. കാര്യം പറയാമല്ലോ ജയദേവന് മറ്റു ജോലികൾ ഒന്നും കിട്ടാത്തത് കൊണ്ടാണ് ഈ ജോലി ചെയ്യാൻ നിന്നത്. ബാബു ആണെങ്കിൽ വീട്ടിലെ കഷ്ടപ്പാടിൽ നിന്നും രക്ഷപ്പെടാൻ ആദ്യം കിട്ടിയ പിടിവള്ളി തന്നെ ഉപയോഗിച്ചു. അങ്ങനെ കുറേയധികം കാര്യങ്ങളിൽ അവർ സാമ്യമുള്ളവരായിരുന്നു. അവരുടെ

സൗഹൃദം വളരുന്നതിനിടയിലാണ് രണ്ടാൾക്കും ട്രാൻസ്ഫർ കിട്ടിയത്. ജയദേവന് കൊല്ലത്തേക്കും ബാബുവിന് മലപ്പുറത്തേക്കും.

മനുഷ്യന്റെ ഏറ്റവും വലിയ പ്രത്യേകത എന്താണെന്ന് അറിയാമോ ?അത് വേഗം എല്ലാം മറക്കാനുള്ള കഴിവാണ്. പുതിയ സ്ഥലങ്ങൾ എത്തുമ്പോൾ പഴയ സ്ഥലങ്ങൾ എത്ര പെട്ടെന്നാ മറക്കുന്നത്. ജയദേവനും ബാബുവും പരസ്പരം മറന്നു പോയി എന്ന് തോന്നുന്നു, അല്ലെങ്കിൽ ഓർക്കാൻ സമയം കിട്ടാത്ത തരത്തിൽ അവർ തിരക്കിലാണ്. പലപ്പോഴും ഈ തിരക്ക് പിടിച്ച ഓട്ടത്തിനിടയിൽ ചില മനുഷ്യന്മാരെങ്കിലും വില പിടിപ്പുള്ള പലതും നഷ്ടമാക്കാറുണ്ട്. പിന്നീട് എപ്പോഴെങ്കിലും അതിന്റെ വില മനസ്സിലാകുമ്പോഴായിരിക്കും ആ നഷ്ടത്തെ കുറിച്ചോർത്ത് ദുഃഖിതരാവുന്നത്. തിരക്കിനു പുറകേ ഓടുന്ന മനുഷ്യന്മാരായി ബാബുവും ജയദേവനും പരിണമിച്ചിട്ടുണ്ട്.

കസബ സ്റ്റേഷൻ പൊതുവേ ശാന്തമായിരുന്നു. വല്ലപ്പോഴും മാത്രമാണ് എന്തെങ്കിലും വലിയ സംഭവങ്ങളുണ്ടായി പോലീസിന് വലിയ പണികൾ ഉണ്ടാവുക. എന്നാൽ കൊല്ലത്ത് എത്തപ്പെട്ട ജയദേവനെ കാത്തിരുന്നത് മറ്റൊന്നായിരുന്നു. വിശ്രമിക്കാൻ പോലും സമയം കിട്ടാതെ ജോലി ചെയ്യേണ്ടി വരുന്ന സ്റ്റേഷനാണ് അത്. പണ്ടത്തെ പോലെ അല്ല, ഇപ്പോൾ കോടതിയിലൊക്കെ പോകണം. ആഴ്ചയുടെ പകുതി പ്രതികളുമായി കോടതിയിൽ പോയി തന്നെ തീരും. ഒരു പോലീസുകാരന്റെ ജീവിതം എപ്പോഴും അപകടം നിറഞ്ഞതാണെന്ന് ജയദേവൻ മനസ്സിലാക്കാൻ തുടങ്ങി. തന്റെ പിന്നിൽ ശത്രുക്കളുടെ ഒരു നിരയുണ്ടാകാമെന്ന് അയാൾക്ക് തോന്നലുണ്ടാവുന്നു.

അങ്ങനെയങ്ങനെ ഒരു ദിവസം ജയദേവന്റെ കല്യാണം ആയി. ഒരു സ്കൂൾ ടീച്ചർ രേവതി ആയിരുന്നു വധു. അന്നൊക്കെ പോലീസ് എന്ന് കേട്ടാൽ ചുവന്ന കണ്ണുകളുമായി നടക്കുന്ന ഒരു കൂട്ടർ എന്നായിരുന്നു സംസാരം. അങ്ങനെ പോലീസുകാരൻ പെണ്ണ് കൊടുക്കാൻ പലർക്കും മടിയായിരുന്നു, അല്ലെങ്കിൽ പേടിയായിരുന്നു. രേവതിക്കും ആദ്യം അത്ര താത്പര്യം ഉണ്ടായിരുന്നില്ല. പക്ഷെ, ജയദേവൻ അവളെ കല്യാണം കഴിച്ചു.

“നിങ്ങൾ വെറുതേ അനാവശ്യ കാര്യങ്ങളിൽ തല വെക്കണ്ടാട്ടോ...” അവൾ ആദ്യരാത്രിയിൽ ജയദേവൻ എന്ന പോലീസുകാരനോടായി പറഞ്ഞു.

“അതെന്താ അങ്ങനെ പറഞ്ഞെ?” ആശ്ചര്യത്തോടെ അയാൾ മറ്റൊരു ചോദ്യം ചോദിച്ചു.

"നമ്മൾ എന്തിനാ വെറുതേ ശത്രുക്കളെ ഉണ്ടാക്കുന്നേ..." അവരുടെ സംഭാഷണം തുടർന്നു കൊണ്ടിരുന്നു. അതിനിടയിൽ ജയദേവൻ കസബ സ്റ്റേഷനിലേക്ക് തന്റെ മനസ്സിനെ കൊണ്ട് പോയി.

അധികം പണിയില്ലാതിരുന്ന, ആരുടേയും ശത്രുത സമ്പാദിക്കേണ്ടി വരാത്ത നല്ല സ്ഥലമായിരുന്നു. ബാബു!അതേ, അന്ന് അവിടെ എല്ലാത്തിനും ബാബു ഉണ്ടായിരുന്നല്ലോ. കല്യാണത്തിന് ബാബുവിനെ വിളിക്കാൻ നോക്കിയതായിരുന്നു. കിട്ടിയില്ല. അയാളും വിവാഹം കഴിച്ചിട്ടുണ്ടാകുമായിരിക്കും. രേവതിയെ പോലെ തന്നെ അവന്റെ ഭാര്യയും അയാളോട് വാത്സല്യത്തോടെ പലതും പറയുന്നുമുണ്ടാകാം.

വലിയ പ്രശ്നങ്ങളൊന്നുമില്ലാതെ മുന്നോട്ടേക്ക് പോകുകയായിരുന്നു. കുറച്ചു വർഷങ്ങൾ കഴിഞ്ഞു. ജയദേവൻ സബ് ഇൻസ്പെക്ടർ ആയി. അങ്ങനെയുള്ള ഒരു ദിവസത്തെ വൈകുന്നേരം. ഗവണ്മെന്റ് കോളേജിൽ ഇലക്ഷൻ നടക്കുകയാണ്. കുട്ടികൾ തമ്മിൽ ആദ്യം ചെറിയ ഒരു ഉന്തും തള്ളും. പിന്നെ അത് അങ്ങ് കൂടി വന്നു. അവസാനം കുട്ടികളൊക്കെയും ആയുധങ്ങൾ എടുത്ത് പരസ്പരം ഏറ്റുമുട്ടാൻ നിന്നപ്പോഴേക്കും ഒരു കൂട്ടം പോലീസുകാർ എത്തി സ്ഥിതി ശാന്തമാക്കി അക്രമം നടത്തിയവരെ കസ്റ്റഡിയിലെടുത്തു.

അവരെ സ്റ്റേഷന്റെ പുറത്ത് ഒരു ബെഞ്ചിൽ ഇരുത്തിയിരുന്നു. സ്റ്റേഷനിലേക്ക് മൂന്ന് കാറുകൾ കയറിയപ്പോഴേക്കും അവരുടെ മുഖം ഉണർന്നു. നീണ്ട ഹോണുകളുമായി പൊടി പറപ്പിച്ചു കൊണ്ട് അവ ബ്രേക്കിട്ടു. മൊത്തം ഒച്ചപ്പാട്. നേതാവായിരിക്കണം, മുമ്പിൽ നടന്നു വന്ന് സ്റ്റേഷനിൽ കയറി.

"മര്യാദക്ക് ഇവരെ ഇറക്കി വിട്ടേക്ക്"

"സാർ ഇനി പറ്റില്ല, എഫ് ഐ ആർ ഇട്ടു പോയി" ജയദേവൻ പറഞ്ഞു. ശബ്ദം ഇടറിയിരുന്നു.

"എന്നാ നമുക്ക് കാണാം" അയാൾ ഭീഷണി മുഴക്കി ഇറങ്ങി.

അന്ന് ജോലി കഴിഞ്ഞ് ജയദേവൻ വീട്ടിലേക്ക് മടങ്ങുകയായിരുന്നു. വീടിന്റെ കുറച്ചു ദൂരമിപ്പുറത്ത് നിന്ന് ജയദേവൻ തന്റെ വീട് ഒരു തീ ഗോളമായി മാറിയത് കണ്ടു. അയാളുടെ നിലവിളി കൂടുതൽ ശബ്ദത്തിൽ ഉയരാൻ തുടങ്ങി. അയാൾക്ക് എല്ലാം നഷ്ടമാവുകയാണ്. അതിന്റെ പിറ്റേന്ന് അയാളെ തേടി പണിഷ്മെന്റ് ട്രാൻസ്ഫർ കിട്ടി.

വീണ്ടും കസബയിലേക്ക്. ആശ്ചര്യം തന്നെ, ബാബുവിനും അവിടേക്ക് ട്രാൻസ്ഫർ ലഭിച്ചിരുന്നു. എവിടെയോ നഷ്ടപ്പെട്ട ആ ചങ്ങാത്തം തിരികെ

കിട്ടുന്നത് പോലെ. ഭൂമിയിലെ ചില കറക്കം!കസബ ആകെ മാറി യിരിക്കുന്നു. പണ്ടത്തെ പോലെ അല്ല. ഇന്ന് നല്ല റോഡുകൾ ഉണ്ട്. വികസനങ്ങൾ വന്നു. ആൾക്കാരും ആകെ മാറിയിരിക്കുന്നു. ഒരുപാട് രാഷ്ട്രീയ നേതാക്കൾ ഉദിച്ചു. കൊല്ലം കുറച്ചായില്ലേ, മാറാതിരിക്കുമോ!

ഒരു ഞായറാഴ്ച. അധികം പണിയൊന്നുമില്ലാത്ത ദിവസം. ഏകദേശം ഉച്ച കഴിഞ്ഞപ്പോൾ എസ് പി യുടെ ഓഫീസിൽ നിന്നും ഒരു ഫോൺ കോൾ വന്നു. കസബയിലേക്ക് ഒരു മന്ത്രിയും കുറച്ചു ഉന്നത പോലീസുകാരും പിന്നെ വേറെ ആൾക്കാരും വരുന്നുണ്ട്. അതിനു വേണ്ട എല്ലാ ക്രമീകരണങ്ങളും ചെയ്യാനാണ് എസ് പിയുടെ നിർദ്ദേശം. പ്രധാനമായും സുരക്ഷ ഉറപ്പ് വരുത്തണം. പണ്ടത്തെ കസബ ആയിരു ന്നുവെങ്കിൽ എല്ലാം എളുപ്പമായിരുന്നു. ഇന്ന് അറിയില്ല, പ്രത്യേകിച്ചും വരുന്നവർക്ക് സുരക്ഷ ഏർപ്പെടുത്തണമെങ്കിൽ അവരുടെ സുരക്ഷയെ ബാധിക്കുന്ന ചിലത് അവിടെ നടക്കാൻ സാധ്യത ഉണ്ടാകുമ്പോൾ.

അവർ എത്താൻ വൈകുന്നേരമായിരുന്നു. കസബയിലെ പല സ്ഥലങ്ങളും അവർ സമയമെടുത്ത് നിരീക്ഷിച്ചു. കുറച്ചു വിദേശികളും അവരുടെ കൂടെയുണ്ട്. വലിയ ചർച്ചകളിലേക്ക് അവർ കടന്നിരിക്കുന്നു. തീർച്ച, അവർക്ക് കസബ വേണം. അവിടെ എന്തോ വലിയ സംഭവം വരാൻ പോവുകയാണ്. ഇല്ലെങ്കിൽ മന്ത്രി, ഉന്നതർ, ഇത്രയും വലിയ സുരക്ഷ ഇതൊക്കെയുണ്ടാകുമോ? ശരിയാണ്, കസബയെ തേടി ആരൊക്കെയോ അലയുന്നുണ്ട്.

തീർച്ചയായും കസബ പലരെയും മോഹിപ്പിക്കും. അതീവ സുന്ദരി യാണ് കസബ. ചെറിയ ചെറിയ കുന്നിൻ പ്രദേശങ്ങൾ. വിശാലമായി പരന്നു കിടക്കുന്ന വലിയ പുൽമൈതാനങ്ങൾ. അതിനെ തഴുകിയെ ന്നോണം ഒഴുകുന്ന ചെറിയ അരുവി. കസബയുടെ സൗന്ദര്യം നീളുന്നു. സേഫ്റ്റർ എന്ന അമേരിക്കൻ കമ്പനി അവരുടെ പുതിയ പ്ലാന്റ് സ്ഥാപി ക്കാൻ പോവുകയാണ്. അവർക്ക് വളരെ എളുപ്പത്തിൽ കസബ എന്ന ഗ്രാമം മൊത്തമായി വേണം. അതിന് വേണ്ടിയാണ് അവരുടെ ഈ വരവ്. മാറിയ കസബയിൽ ഇതൊക്കെ എളുപ്പമല്ലായെന്ന് ജയദേവന് നല്ല ബോധ്യമുണ്ട്

വൈകാതെ തന്നെ ആ കസബ മൊത്തം ആ വാർത്ത പരന്നു. കുന്നുകളും അരുവിയുമെല്ലാം ആ വാർത്ത എല്ലാവരുടെയും ചെവിയിലേ ക്ക് എത്തിച്ചു കൊണ്ടിരുന്നു. അവിടെയുള്ള യുവാക്കൾക്കിടയിലേക്കും ഇതെത്തി-നാടിനെ ആരോ തട്ടിയെടുക്കാൻ പോവുകയാണ്.

“ഇത് നമ്മൾ ഒരിക്കലും അനുവദിച്ചു കൂടാ...” ഒരു നേതാവ് പറഞ്ഞു.

പണ്ടത്തെ പോലെ അല്ല, ഇന്ന് മിക്കവരും നേതാവാണ്. എല്ലാ നേതാക്കളും തലയാട്ടി.

“അവർ വന്നാൽ നമുക്ക് ജീവിക്കാനാവില്ല...” മറ്റൊരു നേതാവ് തുടർന്നു. അങ്ങനെ പല നേതാക്കൾ പലതും പറഞ്ഞു കൊണ്ടിരുന്നു. ആ നേതാക്കൾ ഒരു തീരുമാനത്തിലെത്തി -അവരുടെ നാടിനെ വിട്ടു കൊടുക്കില്ലായെന്ന്.

എന്തൊരു മാറ്റമാണ് ആ നാടിനു സംഭവിച്ചത്!പണ്ടത്തെ കസബ അല്ലേയല്ല. ഇന്ന് അവിടെ കറുത്ത കൊടിയും പ്ലക്കാർഡുകളും ബാനറുകളും ഉയർന്നു. ഇടയ്ക്കിടയ്ക്ക് പൊതുയോഗങ്ങൾ നടക്കുന്നുണ്ട്. അങ്ങനെ പ്രതിഷേധങ്ങൾ കത്തി നിൽക്കുന്ന ഒരു ദിവസം സേഫ്റ്റർ ഗ്രൂപ്പും കുറച്ച ആൾക്കാരും വീണ്ടും കസബയിലേക്ക് വന്നു. നേതാക്കൾ പൊടുന്നനെ അവരെ തടഞ്ഞു. ചെറിയ ഒരു സംഘർഷം. പോലീസിനു മറ്റു വഴികൾ ഒന്നുമുണ്ടായില്ല, ലാത്തി വീശേണ്ടി വന്നു. ആകാശത്ത് പറവകൾ ശബ്ദമുണ്ടാക്കി വേഗം പറക്കുന്നു.

അങ്ങനെ വീണ്ടും സ്ഥിതി മോശമാവുമ്പോഴാണ് ബാബു തന്റെ കൈയിലുണ്ടായ തോക്ക് എടുത്തത്. ജയദേവൻ വേണ്ട എന്ന നിർദേശം നൽകി. അല്പം കഴിഞ്ഞപ്പോഴേക്കും ബാബു തന്റെ തോക്കിൽ നിന്നും നിറയൊഴിച്ചു. രണ്ട് മനുഷ്യർ അവിടെ മരിച്ചു വീണു. കുറേ സമരക്കാർ അവിടെ നിന്നും ഓടാൻ തുടങ്ങി. സ്ത്രീകളെയും കുട്ടികളെയും ദൂരെ മറ്റെവിടെയോ എത്തിച്ചു. സേഫ്റ്റർ ഗ്രൂപ്പിന്റെ ആൾക്കാരെയും മറ്റുള്ളവരെയും വേഗം തന്നെ സുരക്ഷിത സ്ഥലത്തേക്ക് മാറ്റി. എളുപ്പത്തിൽ കസബ അവർക്ക് കിട്ടില്ലായെന്ന് അവർക്ക് മനസ്സിലായി കാണണം. സേഫ്റ്റർ ഗ്രൂപ്പിന് ഇനി ഈ സ്ഥലം ആവശ്യമില്ലായിരിക്കും. ചിലപ്പോൾ അവർ മറ്റൊരു ഗ്രാമത്തെ അന്വേഷിക്കുമായിരിക്കാം. ഒരു പക്ഷെ അവിടെയും ഇതേ പോലെ ഒച്ചപ്പാടുകൾ ഉണ്ടാവാം. മറ്റൊരു ജയദേവനും ബാബുവും എല്ലാം പരിഹരിക്കാൻ ഉണ്ടായേക്കാം. ജയദേവൻ കണ്ണുകൾ അടച്ചു. ഒരു ദീർഘ നിശ്വാസം.

പറ്റുന്നില്ല. ആശ്വാസത്തോടെ കണ്ണുകൾ അടയുന്നില്ല. എന്തോ ഒന്ന് പിന്നിലേക്ക് വലിക്കുകയാണ്. ബാബു എവിടെ?അതെ, ബാബുവിനെ കാണുന്നില്ല. അയാളെ എവിടെയോ വെച്ച് നഷ്ടമായിരിക്കുകയാണ്. കസബയിലെ യുവാക്കൾ ആകെ മൊത്തം അസ്വസ്ഥരാണ്. അവരിൽ ചിലയാൾക്കാരുടെ പക്കൽ ആയുധങ്ങളും ഉണ്ട്. ഇനിയെങ്ങാനും ബാബു അവരുടെ പിടിയിലായി കാണുമോ? ആലോചിച്ച് നിൽക്കാൻ സമയമില്ല. അല്ലെങ്കിൽ മറ്റൊരു സ്ഥലത്ത് ഇതേ പോലെ ജയദേവനെ

അന്വേഷിച്ച അയാൾ നടക്കുന്നുണ്ടാകാം. ജയദേവൻ ബാബുവിനെ അന്വേഷിച്ച ഓടി.

ഓടുന്നതിനിടയിൽ ആ ഗ്രാമത്തിന്റെ വലുപ്പം വർധിക്കുന്നത് പോലെ അനുഭവപ്പെടുകയാണ്. എത്ര ഓടിയിട്ടും എവിടെയും എത്താത്തത് പോലെ. റോഡ് അനന്തമായി നീളുകയാണ്. അരുവി കര കവിഞ്ഞു ഇരു കരയിലേക്കും ഒഴുകുന്നത് പോലെ. മനസ്സ് താളം തെറ്റുകയാണ്. ചുവടുകൾ പിഴക്കുന്നു. തൊണ്ട വറ്റി വരണ്ടു. വെള്ളം കുടിക്കാതെ ഇനി ഒരടി മുന്നോട്ടേക്ക് വെക്കാൻ വയ്യ. എങ്ങനെയൊക്കെയോ അടുത്തുണ്ടായ പൊതുടാപ്പിലേക്ക് അയാൾ നടന്നു. വെള്ളം പകുതി കുടിച്ചതേയുള്ളൂ, ദൂരെ അതാ ബാബു. ബാബു സമരക്കാരുടെ ഇടയിലാണ്. മറ്റൊന്ന് ആലോചിക്കാതെ ജയദേവൻ അവിടേക്ക് ഓടി.

“സാറേ, ഇവൻ ഞങ്ങളുടെ ആൾക്കാരെ കൊന്നു.

അതിന് ഇവന്റെ ചോര ഞങ്ങൾക്ക് പകരം വേണം...”

ജയദേവൻ മറുപടി പറയുന്നതിന് മുമ്പ് തന്നെ അവരുടെ കൈയിലുണ്ടായിരുന്ന കത്തിയെടുത്ത് ബാബുവിന്റെ കഴുത്ത് മുറിച്ചു. ചോര വാർന്ന് പിടഞ്ഞു ബാബു അവിടെ തന്നെ മരിച്ചു. അവർ ജയദേവന്റെയടുത്തേക്ക് നീങ്ങാൻ തുടങ്ങി. ഓടാതെ മറ്റെന്ത് വഴി!ഏതൊക്കെയോ വഴികളിലൂടെ അയാൾ ഓടി. കുന്നുകളും അരുവികളും താണ്ടാൻ നല്ല സമയങ്ങൾ എടുത്തു. അയാൾ പേടിച്ച പല ശബ്ദങ്ങളും ഉണ്ടാക്കിക്കൊണ്ടിരുന്നു. ഓട്ടം തുടർന്നു.

ജയദേവൻ മയക്കത്തിൽ നിന്നും ഞെട്ടി എഴുന്നേറ്റു. ദാ പിന്നിൽ അവർ വരുകയാണ്. ജയദേവൻ വീണ്ടും ഓടാൻ തുടങ്ങി.

റീന ടീച്ചർ

തലേന്ന് വൈകുന്നേരം കാസർഗോഡിൽ നിന്ന് ഏതാണ്ട് ആറരയ്ക്ക് പുറപ്പെട്ട സ്റ്റേറ്റ് ബസ് ഇടുക്കിയിലെ ചുരം കയറാൻ തുടങ്ങിയിരിക്കുന്നു. സമയം രാവിലെ പതിനൊന്ന് മണിയോടടുത്തു. വെയിലൊക്കെ അവധിയിലാണ്, മൊത്തം കോട. ആകെ ഇരുണ്ട് മൂടിയ ഒരു അന്തരീക്ഷം. രാത്രിയിൽ മിന്നാമിനുങ്ങുകൾ പോകുന്നത് കണ്ടിട്ടുണ്ടോ?അതിന്റെ വെളിച്ചം മാത്രമായിരിക്കും നമ്മൾക്ക് കാണാനാവുക. അത് പോലെ ആ കോട മൂടിയ കുന്നിൻ മുകളിലും വാഹനങ്ങളുടെ ലൈറ്റ് മാത്രം കാണാനാവുന്നുണ്ട്-മിന്നാമിനുങ്ങുകൾ വരിവരിയായി പോകുന്നത് പോലെ. ഭംഗി കൂട്ടാനായി സ്റ്റേറ്റ് ബസ് അതിന്റെ ഇന്റിക്കേറ്ററുകളും മിന്നിക്കുന്നുണ്ട്. ഇടയ്ക്കിടയ്ക്ക് മഴ, ശക്തി കൂട്ടിയും കുറച്ചും മഴ അതിന്റെ ഭംഗി കാണിക്കുകയാണ്. ആ മഴ, കോടയെ കൂടുതൽ ശക്തമാക്കുന്നുണ്ട്. ഏതാണ്ട് അഞ്ച് വയസ്സുള്ള ഒരു കുട്ടി മഴ കാണാൻ ഷട്ടർ ഉയർത്തിയപ്പോൾ പിൻസീറ്റിലേക്ക് തെറിച്ച മഴവെള്ളം മുഖത്ത് പതിച്ചാണ് റീന ഉറക്കത്തിൽ നിന്നും എഴുന്നേറ്റത്.

റീന മാസങ്ങൾക്കു ശേഷമാണ് ഇടുക്കിയിലേക്ക് വീണ്ടും വരുന്നത്. ജൂണിൽ സ്കൂൾ തുറന്നപ്പോൾ ഇടുക്കിയിൽ നിന്നും ഒരു വലിയ ബാഗ് എടുത്ത് കാസർഗോഡേക്ക് പുറപ്പെട്ടതാണ്. ബന്തടുക്കയിലെ സ്കൂളിൽ ടീച്ചറാണ് റീന. പിന്നെ ഇത് വരെ നാട്ടിലേക്ക് പോകാൻ പറ്റിയിട്ടില്ല. മൂന്നു വർഷത്തോളമായി ബന്തടുക്കയിൽ തന്നെ. മനസ്സ് അവിടെ വേരുറപ്പിച്ചിട്ടുണ്ടാകണം. അതിനിടയിലാണ് ഇന്നലെ ട്രാൻസ്ഫർ കിട്ടിയത്. അതും കുട്ടികളെ കൊണ്ട് ടൂർ പോയതിനിടയിൽ!ചെറിയ ദുഃഖം, ടൂറിനിടയിൽ അവരെ പിരിയണ്ടേ!അവസാനം പിരിഞ്ഞു. ടൂറിന്റെ പാതി വഴിയിൽ റീന ടീച്ചർ നാട്ടിലേക്ക് തിരിച്ചു. ബസ് എവിടെയോ

നിർത്തിയിട്ടിരിക്കുകയാണ്. ചെറിയ ചാറ്റൽ മഴ. അതിന്റെ പിന്നാലെ കോട വന്ന് കെട്ടി പിടിക്കുന്നു. റീന ടീച്ചറിന്റെ കണ്ണ് ചെറുതായി നനഞ്ഞു. കരയാതിരിക്കാൻ ശ്രമിച്ചിട്ടും ഫലമുണ്ടായില്ല. പഴയ ഓർമ കളായിരിക്കാം.

രണ്ടു കൊല്ലം പിന്നിലേക്ക് പോകേണ്ടതുണ്ട്. റീന ടീച്ചർ അവിടെ എത്തിയിട്ട് ഏകദേശം ഒരു കൊല്ലം പിന്നിട്ടിരിക്കണം. അന്നാണ് തസ്ലിം അവിടെ ചേരുന്നത്. റീന ടീച്ചറിന്റെ ക്ലാസ്സിലായിരുന്നു അവൻ. ചെറുപ്പം ആയത് കൊണ്ടാവണം ടീച്ചർ വളരെ പാവമാണ്. എന്തിനാണ് ഈ അധ്യാപകർ കുട്ടികളുടെ മുമ്പിൽ ഇത്രത്തോളം ദേഷ്യം കാണിക്കു ന്നതെന്ന് എത്ര ആലോചിച്ചിട്ടും അവർക്ക് മനസ്സിലായില്ലായിരുന്നു. ഒരു പക്ഷെ അങ്ങനെയല്ലാത്ത അധ്യാപകർ ഉണ്ടാവാം, പക്ഷെ എവിടെയൊക്കെയോ തന്റെ ഇന്നലെകളിൽ കടന്നു പോയവരെ ആലോചിക്കുമ്പോൾ തീർച്ച, അവർ എന്നും ദേഷ്യപ്പെടുന്നവരാണ്. അതിൽ നിന്നൊക്കെ വ്യത്യസ്ഥനാവുക എന്നതാണ് ടീച്ചറുടെ അപ്ര ഖ്യാപിത തീരുമാനം. വിരസമായ രീതിയിൽ ക്ലാസുകൾ മുന്നോട്ടേക്ക് പോകുന്നുണ്ട്. മറ്റൊരു പ്രയോജനവുമില്ലാതെ, ഒരു ജയിൽ വാസം പോലെ സ്കൂൾ കാലം നീങ്ങുന്നു. ഏറ്റവും വലിയ തടവറ തന്നെയാണ് സ്കൂൾ കാലഘട്ടം. വലിയ ജയിലറെ പോലെ അധ്യാപകരുടെ ഒരു കൂട്ടം തന്നെ നിയന്ത്രിക്കാനുണ്ടല്ലോ. അവിടെ എതിർ ശബ്ദം ഉണ്ടാകാൻ പാടില്ല! അത് വലിയ തെറ്റാണെന്ന് തോന്നുന്നു.

ക്ലാസുകൾ പകുതിയിലേക്ക് എത്തിയിട്ടുണ്ടാകണം. അതിനിടയിൽ ടീച്ചർ ഗൗരവമുള്ള ഒരാളായി മാറി എന്ന് തോന്നുന്നു. ചിരിച്ചു നടന്നിരുന്ന ഒരു ടീച്ചറാണെന്ന് ഇപ്പോഴത്തെ മുഖം കണ്ടാൽ പറയില്ല. സാധാരണ സ്പെഷ്യൽ ക്ലാസ്സൊക്കെ എടുക്കുമ്പോൾ എന്ത് പാവമായിരുന്നോ !അങ്ങനെ ഒരു ദിവസമാണ് തസ്ലിമും അവന്റെ പടയും ക്ലാസ്സിലേക്ക് താമസിച്ചു വന്നത്.

“എന്താ നിങ്ങളുടെ ഉദ്ദേശം?” ഒരു മയവുമില്ലാതെ റീന ടീച്ചർ ചോദിച്ചു. അത്യാവശ്യം ഉറക്കെ തന്നെയായിരുന്നു ആ ചോദ്യം.

എല്ലാവരും തല കുനിച്ചു.

“ഇത് ഇനി നടക്കൂല്ല, ഇപ്പൊ കേറിക്കോ...

നിങ്ങൾക്കൊന്നും ഫുൾ യൂണിഫോം ഇല്ലേ?”

ടീച്ചർ ചെറുതായി ഒന്ന് പേടിപ്പിച്ചു.

“തസ്ലിം നാളെ വീട്ടീന്ന് ആളെ വിളിച്ചിട്ട് ക്ലാസ്സിൽ കേറിയാ മതി...”

ടീച്ചർ പറഞ്ഞു. അവസാന താക്കീത് തസ്ലിമിനു മാത്രമായി നൽകി.

അവർ എല്ലാവരും പുറകിലുള്ള ബെഞ്ചിലാണ് പതിവായി ഇരിക്കാറുള്ളത്. ടീച്ചർ എന്തൊക്കെയോ പഠിപ്പിക്കുന്നു. എന്തിനോ വേണ്ടി നോട്ടൊക്കെ അവൻ എഴുതിയെടുക്കുന്നുണ്ട്. ഒന്നും അവൻ ശ്രദ്ധിക്കുന്നില്ല, അവന്റെ മനസ്സ് എങ്ങോട്ടേക്കൊ സഞ്ചരിക്കുന്നു. എന്ത് കൊണ്ട് തന്നെ മാത്രം!ക്ലാസ്സ് സമയം മുഴുവനും അവൻ ആലോചനയിൽ മുഴുകി. അവന്റെ അഭിമാനത്തിനേറ്റ വലിയ ക്ഷതമായി അത് മാറി. 'ക്ലാസ്സിൽ ഇത്രയും കുട്ടികൾ ഉണ്ടല്ലോ, പിന്നെ എന്താ എന്നെ മാത്രം... ' തസ്ലിം ആലോചനയിൽ തന്നെ. ആ ചക്രവ്യൂഹത്തിൽ അകപ്പെട്ട്, അതിൽ നിന്നും പുറത്തേക്ക് കടക്കാനാകാത്ത വിധം അവന് ഞെരുങ്ങി.

'ഇനി ടീച്ചറുമായി ഒരു ബന്ധവുമില്ല... ' തീർത്തും ബാലിശമായ വാശി. പക്ഷെ, അത് നീണ്ടു പോയി. എത്ര ദിവസങ്ങളാണ് അങ്ങനെ കടന്നു പോയത്. ആ സ്റ്റേറ്റ് ബസ് ഹെയർ പിന്നുകൾ കയറിക്കൊണ്ടിരിക്കുകയാണ്. ടീച്ചർ തണുത്ത കാറ്റിനെ ആസ്വദിക്കുന്നു. മുമ്പ് എത്ര തവണ കാറ്റ് വന്ന് തഴുകിയിട്ടുണ്ട്, പക്ഷെ ഇതാ ഇന്ന് വർഷങ്ങൾക്ക് ശേഷം എന്തോ ഒരു കുളിർ. അല്പ സമയത്തിന് ശേഷം ബസ് താൻ പഠിച്ച കോളേജിന്റെ മുമ്പിൽ എത്തി. ആകെ ബഹളമാണ്. അവിടെ കലോത്സവം തകൃതിയായി നടക്കുന്നു. സ്റ്റേജിൽ വട്ടപ്പാട്ട് മത്സരം, കൈയടിയുടെ ശബ്ദം സ്പീക്കറിൽ കൂടെ നന്നായി കേൾക്കാം. സ്കൂളിലെ കലോത്സവത്തിലേക്ക് ടീച്ചറുടെ ഓർമ്മകൾ പാഞ്ഞു.

റീന ടീച്ചർക്കായിരുന്നു കലോത്സവത്തിന്റെ ചുമതല. ടീച്ചർ ഒരുപാട് കഷ്ടപ്പെടുന്നുണ്ട്.

'ചെസ്റ്റ് നമ്പർ 301 ഓൺ ദി സ്റ്റേജ്' മൈക്കിൽ കൂടി അനൗൺസ്മെന്റ് വന്നു. തസ്ലിമും കൂട്ടുകാരും സ്റ്റേജിൽ കയറി. എന്താ ഒരു ഊർജം!ആ അഞ്ച് നിമിഷത്തിലേക്ക് അവർ തന്നെയായിരുന്നു ആ കലോത്സവത്തിന്റെ കേന്ദ്രം. അവരായിരുന്നു നന്നായി കളിച്ചത്, പക്ഷെ എല്ലാവരും വ്യത്യസ്ത ഗ്രൂപ്പിലായത് കൊണ്ട് ആ ടീമിനെ അയോഗ്യരാക്കി. അവർ പുറത്തായി.

"ഇത് റീന കാരണമാ...

നമ്മൾ കളിക്കുമ്പോൾ തന്നെ ടീച്ചർ ബാക്കിയുള്ളവരോട് സംസാരിക്കുന്നുണ്ടായിരുന്നു."തസ്ലിം കൂട്ടുകാരോട് പറഞ്ഞു

അതെ, അവരെ അയോഗ്യരാക്കിയതിനുള്ള കാരണം റീന ടീച്ചറാണെന്ന് അവൻ ഉറപ്പിച്ചു.

“ഇത് അങ്ങനെ വിട്ടാൽ പറ്റില്ല” തസ്ലീം തുടരുകയാണ്, അവൻ ഇന്നൊന്നും നിർത്തുന്ന ഉദ്ദേശം ഇല്ല.

“നിനക്ക് പ്രാന്താടാ...” ആരോ അവനോടായി പറഞ്ഞു. അവന്റെ വാശി അടങ്ങിയില്ല എന്ന് തോന്നുന്നു. പണ്ട് എപ്പോഴോ തന്നോട് മാത്രം വീട്ടിൽ നിന്നും വിളിച്ചിട്ട് വന്നാൽ മതി പറഞ്ഞത് അവന്റെ തലച്ചോറിനെ വലം വെക്കാൻ തുടങ്ങിയിരിക്കുന്നു.

അന്ന് വേഗം സമയം പോയിരുന്നു. വേഗം തന്നെ അഞ്ച് മണിയോ ടടുത്തു. കലോത്സവം ഏതാണ്ട് അവസാനിക്കാറായി. സ്റ്റാഫ് റൂമിന്റെ അടുത്ത് വൻ ബഹളമാണ്. തസ്ലിമും കൂട്ടുകാരും ബഹളമുണ്ടാക്കുന്നു. റീന ടീച്ചർ നിശബ്ദയായി എല്ലാം കേൾക്കുന്നുണ്ട്. അങ്ങനെ പ്രിൻസിപ്പൽ അവസാനം സമ്മതിച്ചു ; “അയോഗ്യരാക്കപ്പെട്ട ടീമിന് സബ് ജില്ലാ പോകാം, തത്കാലം ഇപ്പൊ എല്ലാവരും പോ”.

അവർ ആഘോഷിക്കുകയാണ്. അവൻ റീന ടീച്ചറെ നോക്കി, ജയിച്ചവന്റെ ഒരു പുഞ്ചിരി അവൻ ടീച്ചർക്ക് നേരെ നീട്ടി. തന്റെ വാശി തീരുകയാണ്. വലിയ വിജയത്തിന് മുമ്പിൽ, അതൊക്കെ എരിഞ്ഞ് അടങ്ങിയിരിക്കുന്നു. തന്റെ അഭിമാന ക്ഷതമൊക്കെ മാറിയിരിക്കുന്നു. ആ മുറിവുകൾ ഉണങ്ങാൻ പോവുന്നു. റീന ടീച്ചർ അത്രയും കുട്ടികളുടെ മുമ്പിൽ നാണം കെട്ടു പോയോ? ടീച്ചർക്ക് ഒരു സംശയം. തോൽക്കാൻ ടീച്ചർ തയ്യാറല്ലായിരുന്നു. ബാലിശമായ വാശിക്ക് പ്രായമില്ല!

മറ്റു വഴികളൊന്നും കണ്ടെത്താൻ സാധിച്ചില്ലായിരുന്നു ടീച്ചർക്ക്. അവസാനം ഒരു മാർക്ക് സി. ഇ കുറച്ചായിരുന്നു ടീച്ചർ വിജയം കണ്ടത്.

“ടീച്ചർ വീണ്ടും വാശി കാണിക്കുന്നുണ്ട് ടാ” തസ്ലീം കൂട്ടുക്കാരോടായി പറഞ്ഞു.

വെറുതെ എന്റെ മാർക്കൊക്കെ കുറച്ചു...”

“എന്ത് ഒരു മാർക്ക് കുറച്ചതോ?”

“ഞാൻ ഒരു കാര്യം പറയാ നിനക്ക് പ്രാന്താ...”

അങ്ങനെ ആ വർഷം കഴിയുകയാണ്. പരീക്ഷ എത്തി. നന്നായി തന്നെ പരീക്ഷ എഴുതി, റീന ടീച്ചറുടെ ഫിസിക്സ് ഒഴികെ. തസ്ലിമിന് അത് സാധിച്ചില്ലായിരുന്നു. ഇനിയൊരിക്കലും സാധിക്കാത്തക്ക രീതിയിലേ ക്ക് അവനിലേക്ക്, അവന്റെ ഉൾബോധങ്ങളിലേക്ക് റീന ടീച്ചറെയും ഫിസിക്സിനെയും അവൻ പാകപ്പെടുത്തി. ദിവസങ്ങൾ കഴിഞ്ഞു. തസ്ലിമിന് പലതും പാകമായി കഴിഞ്ഞിരിക്കുന്നു. അവൻ പുതിയൊരു ചക്രവ്യൂഹം ഉണ്ടാക്കുകയാണ്. ഒരിക്കലും പുറത്ത് കടക്കാനാവത്ത

വിധം അതിസങ്കീർണമായ ഒന്ന്.

പരീക്ഷയുടെ റിസൾട്ട് വന്നപ്പോൾ തസ്ലിമിന് നല്ല മാർക്കുണ്ട്. പ്രതീക്ഷിച്ചത് പോലെ തന്നെ ഫിസിക്സിൽ നല്ല മാർക്ക് കുറവുമുണ്ട്. റീന ടീച്ചർ അവന്റെ മാർക്ക് കണ്ട് ഞെട്ടി. ഒരു നിമിഷം എന്താണ് ചെയ്യേണ്ടത് എന്നറിയാതെ നിന്നു. ടീച്ചറിന്റെ കണ്ണുകൾ നിറഞ്ഞു. 'തന്റെ വിഷയത്തിൽ മാത്രമേ അവൻ മോശമായുള്ളൂ...

യഥാർത്ഥത്തിൽ ഞാൻ അല്ലേ കുറ്റക്കാരി!'റീന ടീച്ചർ സ്വയം പലതും ആലോചിച്ചു. വറ്റാത്ത ഉറവ പോലെ കണ്ണീർ കണ്ണിൽ തന്നെ നിറഞ്ഞു നിക്കുന്നുണ്ട്. തന്നോട് വെറുപ്പും പുച്ഛവും തോന്നി. തോന്നൽ മാത്രമായിരിക്കാം.

'ഒരു വിദ്യാർത്ഥിക്ക് വേണ്ടി താൻ ഇത്ര മാത്രം ദുഃഖം അനുഭവിക്കുന്നതെന്തിന്!?' ടീച്ചർ അതിൽ നിന്നും മുക്തി നേടാൻ വേണ്ടി ശ്രമിച്ചു. സുമി ടീച്ചർ റീന ടീച്ചറുടെ കൂടെ തന്നെയുണ്ടായി. ഒരു മനുഷ്യന് അവന്റെ ഏറ്റവും മോശം സമയത്ത് മറ്റൊരു മനുഷ്യൻ കൂടെയുണ്ടാവുക എന്നതിനോളം കാവ്യാത്മകമായ ഭംഗി മറ്റൊന്നില്ല എന്ന് തോന്നുന്നു.

അങ്ങനെയിരിക്കെയാണ് സ്കൂളിൽ നിന്നും ഗോവയിലേക്ക് ടൂർ പോകുന്നത്. റീന ടീച്ചറും സുമി ടീച്ചറും ഉണ്ട്.

അന്ന്, ബാഗയിലെ രാത്രി എല്ലാവരും ആഘോഷിക്കുകയാണ്. അപ്പോഴായിരുന്നു ചന്ദ്രൻ മാഷ് വന്ന് അത് പറഞ്ഞത്.

"നമ്മുടെ റീന ടീച്ചർക്ക് ട്രാൻസ്ഫർ കിട്ടി...

ടീച്ചർക്ക് മറ്റന്നാൾ നിർബന്ധമായും ജോയിൻ ചെയ്യണം.

അത് കൊണ്ട് ടീച്ചർ നാളെ ടൂറിന് ഉണ്ടാവില്ല..." മാഷ് പൂർത്തിയാക്കി.

ഒരു നിമിഷത്തേക്ക് നിശബ്ദത. തസ്ലിമിന്റെ കണ്ണുകൾ ടീച്ചറെ നോക്കി, അവൻ ആഗ്രഹിക്കാതിരിന്നിട്ട് കൂടിയും. കണ്ണുകളിലൂടെ അവർ സംസാരിച്ചു, പൂർത്തിയാക്കുന്നതിനു മുമ്പേ ടീച്ചർ ഫോണെടുത്ത് സംസാരിക്കാൻ പോയി. തസ്ലിമിന്റെ കണ്ണുകൾ വീണ്ടും ടീച്ചറെ നോക്കുകയാണ്, എന്തൊക്കെയോ പറഞ്ഞു തീർക്കാനുണ്ട്. ടീച്ചറെ കാണാനില്ല. കുട്ടികളും മറ്റു അധ്യാപകരും എന്തൊക്കെയോ പറയുന്നു. ബഹളം വെക്കുന്നു. ഒന്നും മനസ്സിലാവുന്നില്ല. തല ചുറ്റുന്നത് പോലെ. ബീച്ചിലെ മണലുകൾ മൊത്തം തിര കൊണ്ട് പോയോ? പ്രകാശം നിറഞ്ഞ ആ കടൽ തീരം പെട്ടെന്ന് ഇരുൾ മൂടിയത് പോലെ തോന്നുന്നു.

കുറച്ച സമയത്തേക്ക് ഒറ്റയ്ക്കിരിക്കാൻ അവൻ ആഗ്രഹിച്ചു, ആ

തീരത്ത് കുറച്ച നേരം മാത്രം. കാറ്റ് വീശുന്നുണ്ട്. ഉള്ളിൽ ഓർമകളുടെ ഒരു കുളിർ. പ്രായത്തിന്റെതാകാം, എന്തൊക്കെയോ ചെയ്തിട്ടുണ്ട്. വാശി പ്പുറത്ത് ടീച്ചറോട് ചെയ്തതോർത്ത് മനസ്സിൽ ദുഃഖം. അവൻ ടീച്ചറുടെ അടുത്തേക്ക് നടന്നു.

“ടീച്ചറേ...” ശബ്ദം ഇടറിയിരുന്നു.

ടീച്ചർ തിരിഞ്ഞു. മറുപടി ഒന്നും പറഞ്ഞില്ല-പുറത്തേക്ക് കേൾക്കാൻ പറ്റുന്ന രീതിയിൽ ഒന്നും വന്നില്ല എന്ന് പറയാം.

“ടീച്ചറേ, അത് പിന്നെ....” കഷ്ടപ്പെട്ട് അവൻ തുടർന്നു. ഒരു ഹ്രസ്വ സംഭാഷണം. സംസാരത്തിനുമപ്പുറം കണ്ണുകൾ കൊണ്ട് മനസിലാക്കു ന്നു. അജ്ഞാതമായ ഏതോ ആത്മബന്ധം കൊണ്ട് അവർ ബന്ധി പ്പിക്കപ്പെട്ടിരുന്നു. കണ്ണുകളിൽ വാത്സല്യം കാണുന്നുണ്ട്. ഇത് വരെ കൊണ്ട് നടന്ന വാശി രണ്ട് പേരും ഉപേക്ഷിച്ചത് പോലെ.

“ടീച്ചറേ, ദേഷ്യമൊന്നുമില്ലല്ലോ...”

“ഏയ്... പഠിപ്പിക്കുമ്പോൾ ഇങ്ങനെയൊക്കെയുണ്ടാവും...

നിനക്കെന്നോട് ദേഷ്യമുണ്ടെന്ന് അറിയാം... പ്രായത്തിന്റെതാ...” ടീച്ചർ ചിരിച്ചു. എവിടെയോ നഷ്ടപ്പെട്ട ആ ചിരിക്കുന്ന റീന ടീച്ചറിനെ അവൻ വീണ്ടും കണ്ടു. തസ്ലിം ഒരു പുഞ്ചിരി മടക്കി നൽകി.

“ഞാൻ ഇന്ന് പോകും...

ഉഴപ്പരുത്, ഉപദേശം ആണെന്ന് കരുതണ്ട.

നന്നായി പഠിക്ക്, ഫിസിക്സിലും മാർക്ക് വാങ്ങണം” ടീച്ചറുടെ ശബ്ദവും ഇടറിയ പോലെ. ചെറിയ ഒരു കുറ്റബോധം ടീച്ചറെ അലട്ടുന്നുണ്ടോ എന്ന് തോന്നുന്നു. രണ്ടാളും എതിർ ദിശയിലേക്ക് നടന്നു. ടീച്ചറിന്റെ കണ്ണുകൾ നിറഞ്ഞിട്ടുണ്ടായിരുന്നു.

ഓർമയിലേക്ക് മുങ്ങാങ്കുഴിയിട്ട ടീച്ചർ തിരിച്ച് വന്നു. കുറേ പോയിരുന്നു, അങ്ങ് ആഴത്തിലേക്ക്. കണ്ണുകൾ നിറഞ്ഞിട്ടുണ്ട്. സ്നേഹത്തിന്റെ നൂലിഴ കളിൽ ആ ടീച്ചറും കുട്ടിയും പരസ്പരം ബന്ധിപ്പിക്കപെട്ടിരിക്കുന്നു.

സ്റ്റേറ്റ് ബസ് മെല്ലെ മെല്ലെ മുന്നോട്ടേക്ക് നീങ്ങുന്നുണ്ട്. വൈകാതെ തന്നെ റീന ടീച്ചർ തന്റെ വീട്ടിലേക്ക് എത്തും.

ജൂറി

സിഗരറ്റിന്റെ പുക ആ മുറി മുഴുവനും നിറഞ്ഞിരുന്നു. ഇതിപ്പോ എത്രയായിയെന്ന് ഒരു പിടിയുമില്ല, ഇന്ന് തന്നെ ഒരു അഞ്ച് പായ്ക്കറ്റ് വലിച്ചു തീർത്തു കാണണം. തുറന്നിട്ടിരിക്കുന്ന ജനലിനരികിൽ അജിത്തിന്റെ മേശ അയാളെ എപ്പോഴും കാത്തിരിക്കും. പക്ഷെ ഇപ്പോൾ അങ്ങനെ എഴുതാൻ സാധിക്കുന്നില്ല. കുറച്ചായി ഇങ്ങനെ തന്നെ. മേശയ്ക്കടിയിൽ കുറേ പേപ്പർ ജീവൻ വെടിഞ്ഞിരിക്കുന്നു.

പണ്ട് ചെറിയ ക്ലാസ്സിൽ പഠിക്കുമ്പോൾ തൊട്ട് അവൻ എഴുതുമായിരുന്നു. അങ്ങനെയങ്ങനെ അവൻ എഴുതി മൂന്ന് കഥാ സമാഹാരം പുറത്തിറക്കി. ആദ്യ കഥാ സമാഹാരം പുറത്തിറക്കാൻ പെട്ട പാട്!ഹോ, ആലോചിക്കാൻ കൂടി വയ്യ. എത്ര കടമ്പകളാ കടന്നേ. ഇങ്ങനെ എഴുതി വരുന്നതിനിടയിലായിരുന്നു അവൻ വന്നു മുമ്പിൽ ചാടിയത്-എഴുത്ത് തടസ്സം(റൈറ്റേഴ്സ് ബ്ലോക്ക്). പിന്നെ കഥകൾ ഒന്നും വരാതെയായി. എന്തൊക്കെയോ മനസ്സിൽ വരും, പക്ഷെ പേപ്പറിലേക്ക് പകർത്തുമ്പോൾ അത് പൂർത്തിയാവാതെ മടങ്ങും. അങ്ങനെ വലിച്ചു കീറി കളഞ്ഞ പേപ്പറുകൾ ഓരോന്നായി മേശയ്ക്കടിയിലേക്ക് പോയി. ഇടയ്ക്കിടയ്ക്ക് അവയെ നോക്കി ദുഃഖത്തോടെ അവൻ ഇരിക്കും.

“നിങ്ങൾ ഇങ്ങനെ വലിച്ച് നടന്നോ...” ചുമച്ച് കൊണ്ട് വീണ മുറിയിലേക്ക് വന്നു. കൈയിലുണ്ടായ കട്ടൻ ചായ അവൾ മേശപ്പുറത്ത് വെച്ചു.

“എന്തായി, ഇന്ന് കുറെ ഇരുന്നല്ലോ, വല്ലതും ആയോ?” തികഞ്ഞ ആകാംഷയോടെ അവൾ ചോദിച്ചു. എന്ത് മറുപടി നൽകാൻ, അവൻ കഷ്ടപ്പെട്ട് ഒന്ന് പുഞ്ചിരിച്ചു. താഴെ വലിച്ചെറിഞ്ഞ പേപ്പറുകളെ അവൻ അവൾക്ക് കാണിച്ചു കൊടുത്തു. മുഖത്ത് നിരാശ.

“പറ്റുന്നില്ല... ആവുന്നില്ല...” വാടിയ മുഖവുമായി വീണയുടെ മുഖത്തേക്ക് അവൻ നോക്കി.

“നിങ്ങൾ അത് വിട്ടു...

സമയം ആവുമ്പോൾ എല്ലാം ശരിയാകും.” അയാളുടെ കവിളിൽ അവൾ തലോടി.

ഇളം കാറ്റ് വീശുന്നുണ്ട്. അവളുടെ സൗന്ദര്യം കൂടി വരുന്നു. അവർ ആ മുറിയിൽ കുറേയധികം സമയം ചിലവഴിച്ചു. പിന്നീടെപ്പോഴോ അവൾ എണീക്കുമ്പോൾ അജിത്ത് ജനലിലൂടെ എവിടേക്കെന്നില്ലാതെ നോക്കിക്കൊണ്ട് അടുത്ത സിഗരറ്റ് വലിക്കുകയാണ്. വീണ അജിത്തിന്റെയടുക്കലേക്ക് ചെന്നു.

“യ്യേ... എന്താപ്പാ ഇത്, കരയുന്നോ? യ്യേ”

പുറത്ത് മഴ പെയ്യാൻ തുടങ്ങി. വലിയ മരങ്ങളിൽ തട്ടി മെല്ലെ മെല്ലെയാണെങ്കിലും അത് ഭൂമിയിലേക്ക് തന്നെ എത്തി. എത്ര നാളായി മഴ പെയ്തിട്ട്?അജിത്തിന്റെ മനസ്സിലും മഴ പെയ്യാതെ കുറേയായിരുന്നു. ഒരു മരുഭൂമിയായി അത് മാറി. വല്ലപ്പോഴും മാത്രമായിരിക്കും മരുഭൂമിയിൽ മഴ പെയ്യുക. പുറത്ത് മഴ തകർത്ത് പെയ്യുന്നു. ഇടയ്ക്ക് വീശിയ കാറ്റിൽ മഴത്തുള്ളികൾ അവരുടെ മുഖത്തേക്ക് തെറിച്ചു. രണ്ടാൾക്കും പരസ്പരം ചിരി നിർത്താൻ ആയില്ല, പണ്ട് കോളേജിൽ ചിരിച്ച പോലെ തന്നെ. അവരുടെ ആദ്യ പ്രണയത്തിനു സാക്ഷിയായ മഴ, ഇതാ വീണ്ടും സാക്ഷിയാവുന്നു.

അന്നൊക്കെ എന്ത് രസമായിരുന്നു !രണ്ടാൾക്കാരും പരസ്പരം എഴുതി മത്സരിച്ച ദിവസങ്ങൾ അജിത്ത് ഓർത്തു. എല്ലാത്തിനുമൊടുവിൽ വീണ്ടും വീണ്ടും ഇപ്പോൾ എഴുതാൻ പറ്റാത്തതിനെ പറ്റി ഓർക്കും. അവസാനം വലിയ ഭാരവുമായി അവന് മടങ്ങേണ്ടി വരും.

“ദാ ഇത് നോക്ക്...” വീണ പഴയ പൊടി പിടിച്ച എന്തൊക്കെയോ പേപ്പറുകൾ കൊണ്ട് വന്നു.

പലതും കീറി പോയിട്ടുണ്ടായിരുന്നു. നല്ല പഴക്കമുണ്ട്. അതില് പണ്ട് എഴുതിയ കുറേ കഥകളാണ്.

“ഇതാ...” അവൾ ഒരു സർട്ടിഫിക്കറ്റ് അജിത്തിന് നൽകി. രണ്ട് പേരും മത്സരിച്ചപ്പോൾ അവൾക്ക് കിട്ടിയ സമ്മാനമാണ് അത്. പഴയ ഓർമ്മകൾ മനസ്സിൽ നുരഞ്ഞു പൊങ്ങുന്നു.

സമയം വൈകുന്നേരത്തോടടുത്തു. ആകാശം ശാന്തമായ മട്ടാണ്. ചായ കുടിക്കുന്നതിന്റെയിടയിൽ വലത്തേ കൈ എന്തിനോ വേണ്ടി

അസാധാരണമായി ചലിക്കുന്നത് പോലെ. അജിത്തിന്റെ പേന പേപ്പറുമായി പിണങ്ങിയിട്ട് മാസങ്ങൾ കഴിഞ്ഞിട്ടുണ്ടായിരുന്നു. അവൻ വേഗം മുറിയിലേക്ക് ഓടി മേശയിലിരുന്ന പേപ്പറും പേനയുമെടുത്ത് എന്തോ എഴുതാനായി ഇരുന്നു. വീണയും പിന്നാലെ തന്നെയുണ്ടായി. എത്ര ശ്രമിച്ചിട്ടും പേനയെ പേപ്പറിലേക്ക് മുട്ടിക്കാൻ സാധിക്കുന്നില്ല. കണ്ണുകളിൽ പേടി കയറുന്നു. അവൻ ഉറക്കെ കരഞ്ഞു. വീണ അജിത്തിനെ ചേർത്ത് പിടിച്ചു.

“പോട്ടെ, വാ ചായ കുടിക്കാം...”

“വീണാ...” അവന്റെ കണ്ണുകളിൽ നിന്ന് പേടി പോയിട്ടേയില്ല.

“ശരിയാവുമെന്നെ... ഇപ്പൊ വാ” അവൾ അവനെ വിളിച്ച് കൊണ്ട് പോയി.

‘പുതിയ രണ്ട് പുസ്തകമാണ് ഇപ്പോൾ ഇറങ്ങിയത്. പരിചയക്കാരൊക്കെയും നല്ല അഭിപ്രായമാണ് പറയുന്നത്. എങ്ങനെ ഒരേ സമയം രണ്ട് പുസ്തകം ഇറക്കാൻ സാധിച്ചു എന്ന് ചോദിച്ചാൽ ഇപ്പോളും വലിയ ഉത്തരമൊന്നും കൊടുക്കാനില്ല. പക്ഷെ ഒരു കാര്യം ഉറപ്പാണ്, ഇവൾ ഇല്ലായിരുന്നുവെങ്കിൽ എനിക്ക് പിന്നെ കഥയെഴുതാനൊന്നും സാധിക്കില്ലായിരുന്നു. ഇവളോട് നന്ദി പറയണോ? അല്ലെങ്കിൽ വേണ്ട, അതൊക്കെ ഫോർമൽ ആയി പോകും’ ക്യാന്റീനിൽ നിന്നും ചായ കുടിക്കുന്നതിനിടയിൽ അജിത്ത് മനസ്സിൽ ആലോചിച്ചു. രണ്ട് പേരും മെല്ലെ നാടൊക്കെ കണ്ട്, ഓരോ കടകളിലും കയറി വീട്ടിലേക്ക് നടന്നു.

* * *

ഒരു സായാഹ്നം. ചൂടിന്റെ കാഠിന്യം ഇല്ലാതാക്കാൻ ചെറിയ കാറ്റ് വീശുന്നുണ്ട്.

“ദാ ഇത് നോക്ക്...” വാട്സാപ്പിൽ വന്ന മെസ്സേജ് അജിത്തിന് കാണിച്ചു കൊണ്ട് അവൾ പറഞ്ഞു. അവാർഡിനായി വിളിച്ചിരിക്കുകയാണ്.

“ഏയ്, നമ്മൾ കൊടുത്താലൊന്നും കിട്ടൂല്ല...

ഇതൊക്കെ നേരത്തെ ഉറപ്പിച്ചു കാണും !” വലിയ താത്പര്യമില്ലാത്ത മട്ടിൽ അവൻ പറഞ്ഞു. ഇതിനു മുമ്പ് ഒരു അനുഭവം ഉണ്ടായിട്ടുണ്ടേ.

“എനിക്ക് ഉറപ്പാ നിങ്ങക്ക് കിട്ടുമെന്ന്”

അവൻ തീരെ താല്പര്യം കാണിച്ചില്ല.

"നിങ്ങൾ കൊടുക്കുന്നില്ലെങ്കിൽ ഞാൻ കൊടുക്കും, അതിനേക്കാളും നല്ലതല്ലേ നിങ്ങൾ കൊടുക്കുന്നത്!"

അങ്ങനെ അവൻ അവാർഡിനായി കൊടുക്കാൻ തന്റെ കഥകളുടെ മൂന്ന് കോപ്പി അയച്ചു നൽകി. പിന്നീട് മാസങ്ങൾക്ക് ശേഷമുള്ള ഒരു ദിവസം അവാർഡ് പ്രഖ്യാപനം ഉണ്ടായി. അവാർഡ് മറ്റൊരു കഥാകൃത്ത് സ്വന്തമാക്കി.

"ഞാൻ പറഞ്ഞില്ലേ, ഇതൊന്നും കിട്ടില്ലാന്ന്..." റിസൾട്ട് അവളെ കാണിച്ചു കൊണ്ട് അജിത്ത് പറഞ്ഞു. അവൾ എങ്ങനെയൊക്കെയോ ഒരു ചിരി നൽകി.

പിന്നീട് ഒരിക്കലാണ് അറിഞ്ഞത്, തന്റെ കഥയ്ക്ക് ഗുണപാഠങ്ങൾ ഒന്നുമില്ലാത്തതിനാലാണ് അവാർഡ് കിട്ടാത്തതെന്ന്. ആദ്യം വിശ്വസിച്ചില്ലായെങ്കിലും പറയേണ്ടവർ പറഞ്ഞാൽ വിശ്വസിക്കാതിരിക്കാൻ നിവൃത്തി ഇല്ലല്ലോ !

"നിന്റെ കഥ കൊള്ളാമായിരുന്നു. നന്നായി എഴുതിയിട്ടുണ്ട്. പക്ഷെ ഈ കഥ പൊതുജനത്തിനു നൽകുന്ന സന്ദേശം എന്താണ്? ഞങ്ങൾക്ക് ആർക്കും അത് മനസ്സിലായില്ല. ഇല്ലെങ്കിൽ നിനക്ക് തന്നെ കിട്ടുമായിരുന്നു !" അവാർഡ് നിർണയിച്ച ജൂറിയിലെ ഒരു അംഗത്തിന്റെ വായിൽ നിന്നും കേട്ടപ്പോൾ ആദ്യം ആശ്ചര്യം തോന്നിയെങ്കിലും പിന്നീട് തമാശയായി തോന്നി.

'കഥയ്ക്ക് ഗുണപാഠം ഒക്കെ വേണമെന്ന് ആരാ തീരുമാനിക്കുന്നെ? അർത്ഥങ്ങളില്ലാതെ നടക്കുന്ന പലതിനും ഗുണപാഠം ഉണ്ടോ' അവൻ സ്വയം ചോദിച്ചു.

"അപ്പോൾ അതാണ് കാര്യം, ജൂറിക്കാർക്ക് കഥ മനസ്സിലായില്ല" അന്ന് രാത്രി അവൾ കുടുകുടാ ചിരിച്ചു.

"നിങ്ങൾക്ക് ഒരു കാര്യം അറിയുവോ?" അവൾ ആകാംഷയുയർത്തിക്കൊണ്ട് അജിത്തിന് മുന്നിലേക്ക് ചോദ്യമിട്ടു?.

"എന്താ?"

"പണ്ട് പത്മരാജന്റെ സിനിമയ്ക്കും ഇതേ പോലെ സംഭവിച്ചിരുന്നു പോലും !"

രണ്ടാളും പൊട്ടി പൊട്ടി ചിരിച്ചു. ആ ചിരിയ്ക്ക് ശേഷം പുറത്ത് ശക്തമായി മഴ പെയ്തു എന്ന് തോന്നുന്നു.

കുറച്ച് മാസത്തിനുള്ളിൽ താൻ എഴുതിയ കഥകൾ പുറത്തിറക്കാൻ

അവൻ തയ്യാറായി. എപ്പോൾ കഥ പൂർത്തിയാകുമ്പോഴും വീണയുടെ ചേർത്ത് നിർത്തലുകളെ അവൻ മതി വരാതെ ഓർക്കും. ഇപ്പോൾ വീണ്ടും കഥാസമാഹാരം ഇറങ്ങുമ്പോഴും അവളെ വിസ്മരിക്കാൻ പറ്റില്ലാലോ. സ്നേഹം കൊണ്ട് അവളെ വാരി പുണരണം. ഇത്തവണത്തെ കഥകളിൽ അവളുടെ ടിപ്പ് ഉണ്ട് -ഓരോ കഥയുടെയും ഗുണപാഠം എഴുതി വെച്ചിരിക്കുന്നു. ഗുണപാഠം ഇല്ലാത്ത കഥകളിൽ "ഈ കഥയിൽ ഗുണപാഠം ഇല്ലാ" എന്നും നൽകിയിട്ടുണ്ട്. അവാർഡ് കിട്ടാനൊന്നുമല്ല, കഥ വായിച്ച് ആർക്കും മനസ്സിലാവാതെ പോവരുതല്ലോ!

ഹോട്ടൽ

അമ്മ എന്നും രാവിലെ ഏകദേശം എട്ട് എട്ടര ആവുമ്പോൾ തന്നെ ജോലിക്ക് പോകും. അച്ഛനും ഒരു ഒമ്പത് മണിയൊക്കെ ആവുമ്പോൾ ഇറങ്ങും. രണ്ടാളും പോയതിന് ശേഷമാണ് ശ്യാം എന്നും സ്കൂളിൽ പോവുക. അടുത്ത് തന്നെയാണ് സ്കൂൾ, നടന്ന് പോകേണ്ട ദൂരം മാത്രം. വഴിയരികിലെ കുറ്റിച്ചെടികളെ തല്ലിയും വഴക്ക് പറഞ്ഞുമാണ് അങ്ങോട്ടും ഇങ്ങോട്ടുമുള്ള ശ്യാമിന്റെ യാത്ര. അവൻ വീട്ടിലെത്തുമ്പോഴേക്കും അമ്മ അവന് ചായയൊക്കെ എടുത്ത് വെക്കും.

അങ്ങനെ മാർച്ച് കഴിഞ്ഞതോടെ സ്കൂൾ അടച്ചു. ഇനി എട്ടിലേക്കാണ്. യുപി സ്കൂളിൽ നിന്നും ഹൈ സ്കൂളിലേക്ക് എത്തിയ ഒരു കൗമാരക്കാരനായി അവൻ വളർന്നു. വളർന്നു എന്ന് ഉറപ്പ് വരുത്താൻ വേണ്ടി എന്നും കണ്ണാടിയുടെ മുന്നിൽ പോയി വളരെ ചെറിയ പൊടി മീശയെ അവൻ പിരിക്കാൻ ശ്രമിക്കും. പെട്ടെന്ന് മീശ വരാൻ വേണ്ടി ഇടയ്ക്കിടയ്ക്ക് ഷേവ് ചെയ്യുന്ന അഭിമാനിയായ കൗമാരക്കാരനാണ് അവൻ. ഇനിയുള്ള രണ്ട് മാസം എന്തൊക്കെ കാണണമെന്ന് അമ്മ ഇങ്ങനെ ആലോചിച്ച് ചിരിക്കും.

"മോനെ, വാതിൽ അടച്ചോ... ഞങ്ങൾ വരാതെ തുറക്കണ്ട" എന്ന് പറഞ്ഞ് മാത്രമേ അമ്മ എന്നും പോവാറുള്ളൂ.

"നീ ചോറ് അവിടെ പോയി കഴിച്ചോളൂ..." തൊട്ടപ്പുറത്തെ വീട് ചൂണ്ടി കാണിച്ച് കൊണ്ട് അമ്മ പറയും. അയൽക്കാരാണ്, അടുത്ത ബന്ധുക്കളും.

ഇല്ലെങ്കിൽ കുറച്ച് ബുദ്ധിമുട്ടാണ്. ഇതാവുമ്പോൾ എന്തായാലും അവിടെ വെക്കുന്നതല്ലേ, അതിൽ നിന്നും വളരെ കുറച്ച് കൊടുത്താൽ

പോരെ. ശ്യാമിനാണെങ്കിൽ അങ്ങനെ പ്രത്യേക വിഭവം വേണമൊന്നുമില്ല.

അങ്ങനെ അമ്മ പറഞ്ഞത് പോലെ എല്ലാ ദിവസവും അവിടെ പോയി ഭക്ഷണം കഴിക്കും. ഇതിനല്ലാതെ അവൻ വാതിൽ തുറക്കില്ലായിരുന്നു. അങ്ങനെ ഒരു ദിവസം പതിവ് പോലെ അവൻ അവിടെ ഉച്ച സമയത്ത് ചോറ് കഴിക്കാൻ പോയി. അവനെക്കാളും ഏകദേശം പത്ത് വയസ്സ് കൂടുതലുള്ള ഒരു ചേച്ചി അവിടെയുണ്ട്.

"ഇതെന്താ ഹോട്ടലോ" ചേച്ചി തമാശയായി പറഞ്ഞു.

അവൻ ചെറുതായി ഒരു ചിരി മടക്കി കൊടുത്തു. എങ്ങനെയൊക്കെയോ അവൻ കഴിച്ച് തീർത്തു.

വീട്ടിൽ വന്നപ്പോൾ പതിവില്ലാതെ ശ്യാം ഒന്ന് മയങ്ങി. അമ്മ വന്ന് കോളിങ് ബെൽ അടിച്ചപ്പോളാണ് അവൻ എഴുന്നേറ്റത്. അമ്മ രണ്ടാൾക്കും ചായ ഇട്ടു.

"അമ്മേ, ഞാൻ ഇനി ഹോട്ടലിന്ന് കഴിച്ചോളാം !"

"എന്തെ അവിടത്തെ ചോറ് മടുത്തോ?"

അവന്റെ കണ്ണുകൾ നിറഞ്ഞു. എങ്ങനെയാ പറയുക? അല്ലെങ്കിൽ അതിനു മാത്രം വലിയ കാര്യമാണോ അത്!എന്തായാലും ഇനി അവിടെ നിന്ന് ഭക്ഷണം കഴിക്കില്ല എന്ന് അവൻ ഉറപ്പിച്ചു.

"ഞാൻ ഹോട്ടലിൽ നിന്ന് കഴിച്ചോളാം.. !"

"കഴിച്ചോ" ശ്യാമിന്റെ തല തലോടിക്കൊണ്ട് അമ്മ സമ്മതം മൂളി.

ലോക്കോപൈലറ്റ്

തിരുവനന്തപുരത്ത് രണ്ടാം പ്ലാറ്റ്ഫോമിൽ ചുവന്ന കോച്ചുകളുള്ള രാജധാനി എക്സ്പ്രസ്സ് നിർത്തിയിട്ടിട്ട് കുറച്ചധികം സമയമായി. നല്ല തിരക്കുണ്ട്. റെയിൽവേ സ്റ്റേഷൻ മൊത്തം ബഹളമാണ്. ഭക്ഷണം വിൽക്കുന്നവർ ഉറക്കെ വിളിച്ചു പറഞ്ഞു കൊണ്ട് പ്ലാറ്റഫോമിലൂടെ നടക്കുന്നു. ആരെങ്കിലും വാങ്ങുമെന്ന പ്രതീക്ഷ അവരുടെ മുഖത്തുണ്ട്. ഉച്ചയുടെ കൊട്ടും ചൂടിന്റെ കാരണം കൊണ്ടാവണം മുഖം വിയർപ്പിൽ മുങ്ങിയിരിക്കുകയാണ്. ചിലർ ഈ പൊള്ളുന്ന വെയിലത്തും ചായയും കാപ്പിയും കൊണ്ട് നടക്കുന്നു. കുറേ ആൾക്കാർ ക്ഷീണിതരാണ്, എന്നാലും അവരുടെ ജോലികൾ തുടരുന്നു. ലീല ഈ കാഴ്ചകളൊക്കെ നോക്കി തന്റെ ബർത്തിൽ ഇരിക്കുകയാണ്.

വർഷങ്ങൾക്ക് ശേഷമാണ് ലീല ട്രെയിനിൽ കയറുന്നത്. നീണ്ട യാത്രയാണ്. ഭർത്താവും മൂത്ത മകൾ വിസ്മയയും കൂടെയുണ്ട്. അവളെ ഡൽഹി യൂണിവേഴ്സിറ്റിയിൽ ചേർക്കാനാണ് മൂവരുടെയും യാത്ര. പതിനഞ്ചു മിനിറ്റോളം വൈകി രാജധാനി എക്സ്പ്രസ്സ് തിരുവനന്തപുരം സെൻട്രൽ റെയിൽവേ സ്റ്റേഷനിൽ നിന്നും മുന്നോട്ടേക്ക് എടുത്തു. പണ്ടത്തെ പോലെ എഞ്ചിനിൽ നിന്നും പുക ഉയർന്നില്ല, എഞ്ചിനുകൾ വൈദ്യുതീകരിച്ചിട്ടുണ്ട്. ആ ശബ്ദവും ഇപ്പോഴില്ല. ലീലയുടെ ഉള്ളിൽ ആ പുകയും ശബ്ദവും ഇരച്ചെത്തി.

പണ്ട്, ഡീസൽ എഞ്ചിനുകൾ മാത്രമായിരുന്ന കാലത്തായിരുന്നു ലീല അസിസ്റ്റന്റ് ലോക്കോ പൈലറ്റ് ആയി ജോലി ചെയ്തിരുന്നത്. കുട്ടിക്കാലത്ത് എപ്പോളോ തോന്നിയ ആഗ്രഹമായിരുന്നു ട്രെയിനിന്റെ മുന്നിൽ ഇരുന്നു കൊണ്ട് അതിനെ നയിക്കണമെന്ന്. ഗ്രാമങ്ങളെയും പാടങ്ങളെയും ഒക്കെ രണ്ടായി വിഭജിക്കുന്ന, അല്ലെങ്കിൽ വിവിധ

ഗ്രാമങ്ങളെ തമ്മിൽ ബന്ധിപ്പിക്കുന്ന ട്രെയിനുകൾ ഉണ്ടാക്കിയ പുരോഗതി വളരെ വലുതാണ്. ട്രെയിനിന്റെ മുന്നിൽ നിന്ന് അതിനെ കുതിപ്പിക്കുമ്പോൾ താനും ഈ നാടിന്റെ അവിഭാജ്യ ഘടകമായി മാറുമല്ലോ എന്ന ചിന്തയായിരുന്നു ആ പ്രായത്തിൽ. ഈ നാടിനെ ബന്ധിപ്പിക്കുന്ന, ആയിരക്കണക്കിന് ആളുകളെ കൂട്ടിയോജിപ്പിക്കുന്ന, വിവിധങ്ങളായ സംസ്കാരങ്ങളെ കോർത്തിണക്കുന്ന ലോക്കോ പൈലറ്റ് ആകുന്നത് വലിയ അഭിമാനം ആയി അവൾക്ക് തോന്നി. അന്ന് സ്ത്രീകൾ അങ്ങനെ കടന്നു വന്നിട്ടില്ലാത്ത മേഖലയായിരുന്നു ഇത്. അപ്പോൾ പിന്നെ പറയണോ പുകിലുകൾ!

ഒരു ദിവസം ലീലയുടെ അച്ഛൻ കുമാരൻ മദ്യപിച്ചായിരുന്നു വീട്ടിൽ വന്നത്. അന്ന് അയാൾ അമ്മയെയും ലീലയെയും പൊതിരെ തല്ലി. അമ്മയ്ക്ക് അത് ശീലമായിരുന്നു. എത്ര നാളുകളായി ഇത് തുടരുന്നു.

"ഛ്ഛാ... നാണം കെട്ടവളെ

നീ ആണുങ്ങൾ ചെയ്യുന്ന ജോലി ചെയ്യാൻ പോകുവോ?" അയാളുടെ കൈ വീണ്ടും ലീലയുടെ മുഖത്ത് പതിച്ചു. അന്ന് വൈകുന്നേരം ഷാപ്പിൽ ഉള്ളിലേക്ക് കയറ്റിയ വെള്ളക്കള്ളിന്റെ പുറത്ത് അതായിരുന്നു സംസാര വിഷയം. 'ആണുങ്ങൾ മാത്രം ചെയ്യുന്ന ജോലിയായ ലോക്കോ പൈലറ്റ് ആകാൻ നമ്മുടെ നാട്ടിലുള്ള പെണ്ണ് ശ്രമിക്കുന്നു. '

'എന്തായിരിക്കും ഇവളുടെ ഉദ്ദേശം... ' അങ്ങനെ ഷാപ്പിൽ തുടർന്നു. ഓരോ കുപ്പി അകത്ത് ചെല്ലുമ്പോഴും പറയുന്നതിന്റെ ആഴം കൂടി. ഇതിന്റെയൊക്കെ കലിയായിരുന്നു വീട്ടിലെത്തി അയാൾ ലീലയുടെ മുഖത്ത് തീർത്തത്.

അപ്പോൾ മുതൽ അവളുടെ മനസ്സിൽ വല്ലാത്ത ആഗ്രഹമായിരുന്നു, എങ്ങനെയെങ്കിലും ഈ ജോലി നേടണമെന്ന്. അങ്ങനെ അങ്ങനെ കഷ്ടപ്പെട്ട് അവൾ അത് നേടി-ലീല അസിസ്റ്റന്റ് ലോക്കോ പൈലറ്റ് ആയി.

ജീവിതം ഒരിക്കലും വിജയത്തിന്റെ മാത്രമായിരിക്കില്ല. അതിന് എപ്പോഴും കയറ്റവും അതിന്റെ ഇറക്കങ്ങളും ഉണ്ടാകും. ഏറ്റവും കഠിനമാകുന്നത് ചെറിയ കയറ്റങ്ങൾ കയറി വലിയ ഇറക്കത്തിലേക്ക് പോകുമ്പോഴാണ്. ഒരു പക്ഷെ അത് ഒരു വലിയ ഗർത്തമായിരിക്കാം. അവിടെ നിന്ന് നില വിളിച്ചാൽ കൂടി മറ്റൊരു മനുഷ്യന് കേൾക്കാൻ സാധിച്ചില്ലായെന്ന് വരാം. സഹായത്തിന് ചിലപ്പോൾ മറ്റാരെയും കിട്ടിയില്ലായെന്നും സംഭവിക്കും. വീണ്ടും കയറ്റങ്ങൾ ഒറ്റയ്ക്ക് തന്നെ കഷ്ടപ്പെട്ട് കയറണം. അതി കഠിനമായിരുന്നു ജോലിയുടെ ആദ്യ നാളുകൾ. ഇത്

വരെ താണ്ടിയ കഷ്ടപ്പാടുകളൊക്കെയും ചെറുതാണെന്ന് തോന്നി പോകുന്നു. വളരെ എളുപ്പമല്ല ഈ ജോലിയെന്ന് മനസ്സിലാവുകയാണ്. ചെറിയ അന്ധകാരത്തിൽ നിന്നും കൂരിരുട്ടിലേക്കുള്ള പ്രയാണം.

അതിനിടയിലാണ് കല്യാണമൊക്കെ കഴിയുന്നത്.

"ആ ഇവൾക്ക് വേറെ പണി ഒന്നുമില്ലല്ലോ...

എഞ്ചിൻ ഓണാക്കുക, എന്നിട്ട് വെറുതെ ഇരുന്നാൽ പോരെ..." എന്നും ഭർത്താവ് ലീലയെ കളിയാക്കും. പറഞ്ഞിട്ട് കാര്യമില്ല, എല്ലാവരുടെയും വിചാരം അങ്ങനെയാണ് -തീവണ്ടി ഓടിക്കുന്നവർക്ക് പണിയേ ഇല്ലായെന്ന്. താൻ കഷ്ടപ്പെട്ട് അധ്വാനിച്ച് കിട്ടിയ ജോലിയെ കളിയാക്കുമ്പോൾ മനസ്സിൽ വലിയ അപമാനം നേരിട്ടിട്ടും ഒന്നും മിണ്ടാതെ നിസ്സഹായതയോടെ അവളിരിക്കും. അങ്ങനെ തുടർന്നു കൊണ്ടിരുന്നപ്പോൾ ഒരു ദിവസം അവൾ പ്രതികരിച്ചു. എങ്ങനെയാ പ്രതികരിക്കാതിരിക്കുക?ആർക്കെങ്കിലും അറിയുമോ എത്രമാത്രം കഷ്ടപ്പാടുകളാണ് സഹിക്കുന്നതെന്ന്!എട്ട് മണിക്കൂറാണ് ജോലി സമയമെങ്കിലും പലപ്പോഴും അതിനേക്കാളും കൂടുതൽ എടുക്കേണ്ടി വന്നിട്ടുണ്ട്. ട്രെയിൻ യാത്ര എപ്പോൾ തുടങ്ങുമെന്നോ എപ്പോൾ അവസാനിക്കുമെന്നോ അറിയാതെ യാന്ത്രികമായി ആ വണ്ടിയെ നയിച്ചു കൊണ്ടിരിക്കും. വിവിധ ദേശങ്ങളെ കോർത്തിണക്കി അവസാനം നട്ടുച്ചയ്ക്കോ പട്ടാപ്പകലോ ആയിരിക്കും ഉറങ്ങാനുള്ള അവസരം ഉണ്ടാവുക. എന്നിട്ടും തന്റെ ജോലിയെ വളരെ നിസ്സാരമാക്കുന്ന ആളുകളോടുള്ള അമർഷം തന്റെ ഉള്ളിൽ അവൾ ഒളിപ്പിച്ചു. അങ്ങനെ ഒളിപ്പിച്ച് ഒളിപ്പിച്ച് ഒരു ദിവസം അതൊക്കെ പുറത്ത് വന്നതാണ്.

എന്തൊക്കെയാണ് അനുഭവിച്ചത്!നീണ്ട യാത്രകളിൽ പലപ്പോഴും മൂത്രം മണിക്കൂറുകളോളം പിടിച്ചു നിർത്തേണ്ടി വന്നതിനെ പറ്റി അവൾ ആലോചിക്കും. ഒരു മനുഷ്യന് നൽകേണ്ട വില പോലും ലഭിക്കുന്നില്ല എന്നോർത്ത് അവൾ സഹതപിക്കും. മനസ്സിൽ എല്ലാം കുന്ന് കൂടുന്നുണ്ട്. പക്ഷെ ആരോടും പറയാൻ പറ്റാത്ത അവസ്ഥയിലാണ്. ആരായാലും ട്രെയിൻ ഓടിക്കുന്നവരെയൊക്കെ അവർക്ക് പുച്ഛമാണ്. അല്ലെങ്കിൽ സ്വയം അതൊക്കെ മനസ്സിലൊതുക്കി വെക്കാമെന്ന് അവൾ കരുതും. അങ്ങനെ ഒരു ദിവസം ഡ്യൂട്ടിക്കിടയിൽ ക്രമം തെറ്റി മാസമുറ വന്നു. അടുത്ത സ്റ്റേഷൻ എത്തുന്നത് വരെ അങ്ങനെ ആ ഇരിപ്പ് അവൾ തുടർന്നു. ഏതാണ്ട് മുപ്പത് കിലോമീറ്ററോളം അങ്ങനെ തന്നെ. ഉള്ളിൽ ദേഷ്യവും വിഷമവും ഒരുമിച്ച് തിളയ്ക്കുകയാണ്. ഒരു പെണ്ണായതിന്റെ പേരിൽ, ഒരു ലോക്കോ പൈലറ്റ് ആയതിന്റെ

പേരിൽ താൻ അനുഭവിക്കുന്ന കഷ്ടപ്പാടുകൾ അവളുടെ കണ്ണുകളെ ഈറനണിയിച്ചു. അന്ന് അവൾ നീണ്ട അവധിയെടുത്ത് നാട്ടിലേക്ക് പോയി. കുറേ നാളുകൾക്ക് ശേഷം വീട്ടിലേക്ക് പോകുന്നത് ഒരു അതിഥിയെ പോലെയാണ്, ആരും സ്വീകരിക്കാനില്ലായെങ്കിൽ കൂടിയും. രാത്രിയിലെ ഭക്ഷണത്തിനു ശേഷം ലീല ഭർത്താവിന്റെ മുന്നിൽ നിന്നും പൊട്ടി കരഞ്ഞു. പണ്ട് അമ്മ കരയുന്നത് കണ്ട് താൻ കരയില്ലായെന്ന് ഉറപ്പിച്ചതാണ്. അയാൾ ലീലയെ ചേർത്ത് പിടിച്ചു. നെറ്റിയിൽ ഒരു ചുംബനം നൽകി. അയാൾക്ക് സ്നേഹിക്കാൻ അറിയാമായിരുന്നു.

"നിനക്ക് പറ്റുന്നില്ലെങ്കിൽ വേറെ ജോലി നോക്കാം..." അയാൾ ആശ്വസിപ്പിക്കാൻ നോക്കി. മനസ്സിൽ എന്തൊക്കെയോ ഒരു ആശ്വാസം തോന്നുന്നത് പോലെ.

തന്റെ ജോലി നഷ്ടപ്പെടുത്തിയാലോ എന്ന് അവൾ ഇടയ്ക്കിടയ്ക്ക് ആലോചിക്കുന്നതാണ്. അവസാനം അത് ഉപേക്ഷിക്കും. അവൾ വീണ്ടും ജോലി തുടർന്നു.

അങ്ങനെയിരിക്കെയാണ് ലീലയ്ക്ക് മറക്കാൻ പറ്റാത്ത ഒരു ഡ്യൂട്ടി ദിവസം ഉണ്ടാവുന്നത്. സൂപ്പർ ഫാസ്റ്റ് ആയത് കൊണ്ട് തന്നെ പല സ്റ്റേഷനുകളിലും നിർത്തേണ്ടി വരാത്തതതിനാൽ ട്രെയിൻ അതിന്റെ പരമാവധി വേഗത്തിലാണ് പോകുന്നത്. എത്ര വേഗത്തിലാണ് ദൂരങ്ങൾ കീഴടങ്ങുന്നത്!പല സ്റ്റേഷനുകളിലും ചെറിയ തീവണ്ടികളെ പിടിച്ചിട്ട് സൂപ്പർഫാസ്റ്റ് കയറി പോകുന്നു. അങ്ങനെ അങ്ങനെ മുന്നോട്ടേക്ക് പോവുമ്പോളാണ് ഒരു അമ്മയും കുട്ടിയും റയിൽവേ ലൈൻ മുറിച്ച് കടക്കാൻ നിക്കുന്നത്. കുട്ടിയ്ക്ക് അത്ര പ്രായമില്ല, ചെറുതാണ്. ലീല ട്രെയിനിന്റെ ഹോൺ മുഴക്കിക്കൊണ്ടിരുന്നു. അവർ തമ്മിലുള്ള അകലം കുറഞ്ഞു വരുകയാണ്. ഹോൺ തുരുതുരാ മുഴങ്ങുന്നു...

രാജധാനി എക്സ്പ്രസ്സ് നീണ്ട ഹോണുകൾ മുഴക്കി ഓരോ സ്റ്റേഷനും വേഗത്തിൽ പിന്നിടുകയാണ്. ഹോണിന്റെ ശബ്ദം കേട്ട് കൊണ്ടാവാം ലീല പെട്ടെന്ന് ഉറക്കത്തിൽ നിന്ന് ഞെട്ടി എഴുന്നേറ്റു. അവൾക്ക് അന്നത്തെ ദിവസം ആലോചിക്കാൻ പറ്റുന്നില്ല. ആ ദിവസം അവൾ മറക്കാൻ ആഗ്രഹിക്കുകയാണ്. ഇന്നും അവളുടെ ചെവികളിൽ പലതും ഓടിയെത്തും. അങ്ങനെ എല്ലാം കൈവിട്ടു പോയ ഒരു ദിവസമാണ് അവൾ ജോലി ഉപേക്ഷിച്ചത്. അതിന് ശേഷം ട്രെയിൻ അവൾക്ക് പേടിയായിരുന്നു. ഇന്ന് വർഷങ്ങൾക്ക് ശേഷം വീണ്ടും ഒരു ട്രെയിൻ യാത്ര. ഉള്ളിൽ തന്റെ ജീവിത അനുഭവങ്ങൾ അലയടിക്കുന്നു. ഓർമകളിലേക്ക് പോകാതെ ആ യാത്ര തുടരുന്നു.

ചോരപ്പാട്

ചോര പുരണ്ട ആ കത്തി കഴുകി അരുൺ കണ്ണാടിയിലേക്ക് തന്നെ നോക്കി. മുഖത്ത് അങ്ങിങ്ങായി ചോര പടർന്നിട്ടുണ്ട്. കഴുത്തിലും മറ്റുമായി വിയർപ്പിന്റെ മണം. കൈകളിൽ പറ്റിയ ചോര ഉണങ്ങി തുടങ്ങിയിട്ടുണ്ട്. ചോര വിരലിന്റെ തുമ്പ് മുതൽ മുട്ടോളം തെറിച്ചിരുന്നു. കുറച്ച് കഷ്ടപ്പെട്ടാണെങ്കിലും അത് ഏതാണ്ട് മുഴുവനായും കഴുകി കളഞ്ഞു. കൈകളിൽ രക്തത്തിന്റെ രൂക്ഷ ഗന്ധം അവശേഷിക്കുന്നുണ്ട്. നെടുവീർപ്പിട്ടു കൊണ്ട് അവൻ വീണ്ടും കണ്ണാടിയിലേക്ക് നോക്കി. ചെറിയ ചെറിയ ചോര തുള്ളികൾ ഉണങ്ങി കട്ട പിടിച്ച ആ മുഖം വികൃതമായത് പോലെ അവന് തോന്നി. എന്താണ് ചെയ്തു പോയതെന്ന് അറിയാതെ അവൻ കണ്ണാടിയിലേക്ക് നോക്കി നിന്നു. കലങ്ങിയ കണ്ണിൽ ചെയ്തു പോയ തെറ്റുകളുടെ ഭാരം.

തന്റെ ഏതോ അറിയപ്പെടാത്ത നാട്ടിൽ നിന്നും മൂന്ന് വർഷങ്ങൾക്ക് മുമ്പാണ് അരുൺ കോളേജിൽ എത്തുന്നത്. വളരെ പതിയെ മാത്രമായിരുന്നു ആൾക്കാരെ പരിചയപ്പെടാൻ തുടങ്ങിയത്. ആഴത്തിലുള്ള ബന്ധം ഉണ്ടാക്കാൻ അരുൺ വലിയ താത്പര്യം കാണിച്ചില്ല. അവന് മറ്റുള്ളവരുടെയത്ര ഉയരം ഇല്ല, ഒപ്പം നിറത്തിലും. പണ്ട് സ്കൂളിൽ പഠിക്കുമ്പോൾ മുതൽ കേട്ട അവഹേളനങ്ങൾ ആവണം ഇതൊക്കെയും എപ്പോഴും അവന്റെ തലച്ചോറിൽ പരിക്രമണം ചെയ്യുകയാണ്. ഉയരം കുറഞ്ഞവരും നിറം മങ്ങിയവരും മനുഷ്യരാണോയെന്ന് പോലും തോന്നുന്ന രീതിയിലാണ് എല്ലാവരും പെരുമാറുന്നത്. പതിയെ, കളിയാക്കലുകളിൽ നിന്നും രക്ഷപ്പെടാൻ വേണ്ടിയാവണം അവൻ ഉയരം കുറഞ്ഞവരെയും നിറം മങ്ങിയവരെയും തേടി പിടിക്കാൻ തുടങ്ങി. അങ്ങനെയിരിക്കെയാണ് കോളേജിലേക്ക് വരുന്നത്.

ആ കോളേജ് പല തിരുത്തലുകൾക്കും മാറ്റങ്ങൾക്കും ഉള്ള വേദി യായിരുന്നു. കാഴ്ചപ്പാടുകൾ മാറുന്നു, ചിന്തകൾ മാറുന്നു -അങ്ങനെ അങ്ങനെ. അരുണിന്റെ മടിയും മാറുന്നത് പോലെ -അവൻ എല്ലാവ രോടും സൗഹൃദം സ്ഥാപിക്കാൻ ശ്രമിച്ചു. അതിനോട് അവന് വല്ലാത്ത വിശപ്പ് അനുഭവപ്പെട്ടു. ഹോസ്റ്റലിൽ വിഷ്ണുവിന്റെയും പ്രവീണിന്റെയും ഷിയോണിന്റെയും കൂടെയായിരുന്നു അരുൺ. ആദ്യമൊക്കെ അവന് മടി തോന്നി. തന്റെ മനസ്സിലെ ചിന്തകൾ അവനെ വേട്ടയാടുന്നുണ്ട്. തനിക്ക് മാത്രമാണ് നിറവും ഉയരവും കുറഞ്ഞതെന്ന് വലിയ തെറ്റ് ചെയ്തത് പോലെ ആലോചിക്കും. പതിയെ അത് മാറുകയാണ്. ഇവിടെ എത്തിയത് കൊണ്ടാവണം, താനും ഒരു മനുഷ്യൻ ആയി എന്ന് അരുൺ അഭിമാനിച്ചു. അപമാനത്തിന്റെ ഭൂതകാലത്തിൽ നിന്നും ഒരു മോചനം. ഓർമകളിലേക്ക് എത്തി നോക്കാതെ, പുതിയ ലക്ഷ്യം തേടി അവന്റെ യാത്ര തുടരുകയാണ്.

അന്ന് ഒരു ശനിയാഴ്ച. ഉച്ചയായിട്ടുണ്ട്. അരുണും വിഷ്ണുവും മാത്ര മായിരുന്നു മുറിയിലുണ്ടായിരുന്നത്. ഷിയോണും പ്രവീണും വീട്ടിൽ പോയിരുന്നു

“വാ കഴിക്കാം...” അരുൺ രണ്ട് പ്ലേറ്റ് എടുത്ത് മുറിയുടെ വാതിൽ ക്കലിൽ നിന്നു.

“ഞാൻ ഇല്ലടാ”

“ഓ, എന്നാ ഞാൻ പോട്ടേ...” അരുൺ മെസ്സിലേക്ക് നടന്നു. തിരിച്ചു വന്നപ്പോൾ വിഷ്ണു കുളിച്ച് ഒരുങ്ങിയിരുന്നു.

“നീ എവിടെ പോവുന്നു?”

“ശനിയാഴ്ച അല്ലെ, ഒന്ന് പുറത്തേക്കിറങ്ങാമെന്ന് വെച്ചു...”

അവൻ വേഗം തന്നെയിറങ്ങി. എല്ലാവരും ഓടിച്ച് ഓടിച്ച് ഒരു പരുവമായ പഴയ മോഡൽ പാഷൻ പ്രൊയും അവന്റെ ഒപ്പമുണ്ടാ യിരുന്നു. വേഗത കൂട്ടാൻ നോക്കുന്നതനുസരിച്ച് അതിന്റെ കിതപ്പും കൂടും. ഹോസ്റ്റലിന്റെ പുറത്ത്, റോഡിൽ തന്റെ ക്ലാസ്സ്മേറ്റായ അതുൽ തന്റെ പുതിയ വണ്ടിയിൽ അവനെ പ്രതീക്ഷിച്ചെന്നോണം നിക്കുന്നു ണ്ടായിരുന്നു. രണ്ടു പേരും എവിടേക്കോ പോവുകയാണ്. രണ്ട് പേരും ക്ലാസ്സ്മേറ്റ് ആണ്. എന്നിട്ടും പുറത്തേക്ക് പോകുന്നതിനെ പറ്റിയൊ ന്നും അവരൊന്നും പറഞ്ഞില്ല എന്ന് ആലോചിച്ച് അരുൺ തന്റെ മറ്റു പണികൾ ചെയ്യാൻ തുടങ്ങി.

ഉച്ച കഴിഞ്ഞ് ചെറിയ ഒരു മയക്കം എന്നും പതിവുള്ളതാണ്. വൈകു ന്നേരത്തെ ചായയുടെ സമയം ആവുമ്പോളായിരിക്കും എഴുന്നേൽക്കുക. ചായ കുടിക്കുന്നതിന്റെയിടയിലാണ് ഗ്രീഷ്മയുടെ ഇൻസ്റ്റഗ്രാം സ്റ്റോറി കാണുന്നത്. അവളും വർഷയും വിഷ്ണുവും അതുലും ഹോട്ടലിലും ബീച്ചിലും മറ്റുമായിയെടുത്ത സെൽഫിയായിരുന്നു അത്. അവൻ ചായ കുടിച്ച് മുറിയിലേക്ക് പോയി. സാധാരണ ചായ കുടി കഴിഞ്ഞ് എല്ലാവരും കൂടി ടെറസിൽ പോയി ഒരു സിഗരറ്റ് വലി ശീലമാണ്. പിന്നെ അതും ഇതും പറഞ്ഞ് സമയം പോയിക്കോളും. അരുൺ ഒറ്റയ്ക്ക് ടെറസിൽ പോയി. ചെറുതായി കാറ്റ് വീശുന്നുണ്ട്.

“അവരൊക്കെ എവിടെ?” ആരോ ചോദിച്ചു.

“വിഷ്ണു പുറത്തെവിടെയോ പോയിട്ടുണ്ട്. മറ്റവർ നാട്ടിലാ, നാളെ വരും...” കേട്ട് ഒരു ചിരി നൽകി കൊണ്ട് അവൻ പോയി. അരുൺ സിഗരറ്റ് കത്തിച്ചു. ഓരോ പ്രാവശ്യവും കണ്ണുകൾ അടച്ച് ആഴങ്ങളി ലേക്ക് ചിന്തിച്ചു. താൻ ഉയരം കുറഞ്ഞവനും നിറമില്ലാത്തവനുമായ താണ് തന്നെ അവർ കൂടെ കൂട്ടാത്തതെന്ന് അവൻ ഉറപ്പിച്ചു. എവിടെ പോയാലും താൻ അവഗണിക്കപ്പെടുമെന്ന് അവൻ മനസ്സിലുറപ്പിച്ചു. കുറേ സമയം ടെറസിലും മുറിയിലുമായി അവൻ തള്ളി നീക്കി. വിഷ്ണു പിന്നീടെപ്പോളോ മുറിയിലേക്ക് വന്നിരുന്നു. അവൻ ഒന്നും പറഞ്ഞില്ല, അരുൺ ചോദിച്ചുമില്ല. ജീവിതത്തിൽ എന്നും അവഗണിക്കപ്പെടേ ണ്ടവനാണ് താനെന്ന് അവന്റെ മനസ്സിനെ ആരോ ഉണർത്തുന്നത് പോലെ. മനസ്സിൽ പഴയ കാലങ്ങളിൽ അവൻ അനുഭവിച്ചതൊക്കെ യും തിരയടിക്കുന്നു. മറന്നു പോയതായിരുന്നു എല്ലാം, എന്നാൽ അവ വീണ്ടും ഓർമ്മിക്കപ്പെടുകയാണ്. വീണ്ടും മറക്കാൻ ഒരു സംഭവം കൂടി ഉണ്ടായിരിക്കുന്നു. ഓർമ്മകൾക്കും മറവികൾക്കുമപ്പുറം താനാരാണെന്ന് അരുൺ മറന്നു തുടങ്ങിയിരിക്കുന്നു.

പതിയെ അവരോടൊക്കെയും സൗഹൃദം അവൻ കുറച്ചു. അതിലും വേഗത്തിൽ വീണ്ടും അവർ സ്നേഹത്തിലായി. ഹോസ്റ്റലിലെ ആ മുറിയിൽ വെച്ച് പരസ്പരം മനസ്സിലാക്കിയിരുന്നു അവർ. അവരുടെ ബന്ധത്തിന്റെ ആഴം വർധിക്കുന്നുണ്ടായിരുന്നു. അതോടൊപ്പം തന്നെ അരുണിന് പുതിയ പേരുകൾ വന്നു ചേർന്നു - കുള്ളൻ, കരിവട്ടൻ. പിന്നീട് ആ പേര് മാത്രമായിരുന്നു അവർ വിളിക്കുന്നുണ്ടായത്. എപ്പോഴും അവൻ ചിരിക്കുമെങ്കിലും അത് അവനിലുണ്ടാക്കിയ വിഷമം വലുത് തന്നെയായി രുന്നു. നിറത്തിന്റെയും ഉയരത്തിന്റെയും അടിസ്ഥാനത്തിൽ ആളുകളെ തരം തിരിക്കുന്ന ഒരു സമൂഹത്തിലാണല്ലോ ജീവിക്കുന്നതെന്നോർത്ത്

വിഷമിച്ചു. ഇനി വേറെ ഏതെങ്കിലും സ്ഥലത്ത് പോയാൽ ഇത് മാറു മോ?അതോ, ഇനിയും കള്ളനും കരിവട്ടനും കേൾക്കേണ്ടി വരുമോ? ചിലപ്പോൾ ഇതിനേക്കാൾ മോശമായതായിരിക്കും കേൾക്കേണ്ടി വരുക. ദിവസങ്ങൾ എങ്ങനെയെങ്കിലും മുന്നോട്ടേക്ക് നീങ്ങട്ടെയെന്ന് അവൻ കരുതി

അവസാന വർഷത്തിലേക്ക് അവർ എത്തി. എന്തൊക്കെയോ ദുഃഖങ്ങൾ ഉണ്ടെങ്കിലും പലപ്പോഴും അതൊക്കെയും മറക്കുന്നുണ്ട്. അല്ലെങ്കിലും മുഴുവൻ സമയവും സന്തോഷവാനായിരിക്കാൻ മനുഷ്യന് സാധിക്കില്ലല്ലോ. പക്ഷെ എല്ലാ ദുഃഖത്തിന്റെയും അവസാനം അതിനെ യൊക്കെ മാറ്റാൻ പറ്റുന്ന രീതിയിൽ എന്തെങ്കിലുമൊക്കെ സംഭവിക്കും. നല്ല മഴയുള്ള ഒരു പകലായിരുന്നു അന്ന്. ഇടയ്ക്ക് മഴ മാറും, പിന്നെ വീണ്ടും പെയ്യും. ഉച്ചയ്ക്ക് ശേഷം മാനം തെളിഞ്ഞു. എല്ലാവരും ഡിപ്പാർ ട്മെന്റ് കുളത്തിന്റെയവിടെ ഇരിക്കുകയായിരുന്നു.

"എവിടേലും പോയാലോ?" വർഷ ചോദിച്ചു.

"ആകെ രണ്ട് വണ്ടി മാത്രമേ ഉള്ളൂ..." വിഷ്ണു പറഞ്ഞു. ചിലപ്പോൾ ആ പറഞ്ഞത് എന്തെങ്കിലും ഉദ്ദേശിച്ച് കൊണ്ടാവാം. കാരണം അങ്ങനെ പറയുമ്പോൾ അരുണിന്റെ മുഖത്തേക്ക് തന്നെയായിരുന്നു അവന്റെ നോട്ടം.

"ഞാൻ ഇല്ലടാ..." പുറത്ത് ചിരിച്ച് കൊണ്ട് അരുൺ പറഞ്ഞു. ഉള്ളിൽ വലിയ വേദന. കുറച്ചു സമയത്തിന് ശേഷം അവർ പോയി. അരുൺ ഹോസ്റ്റലിലേക്കും.

പതിവിൽ കൂടുതൽ സിഗരറ്റ് ഇപ്പോഴേ തീർന്നിരിക്കുന്നു. വീണ്ടും ഒന്ന് കൂടി എടുത്തപ്പോൾ ഷിയോൺ തടഞ്ഞു.

"ഇങ്ങനെ വലിച്ചാൽ ചാവും" അവൻ സിഗരറ്റ് മാറ്റി വെച്ചു.

"എന്ത് പറ്റി" പ്രവീൺ ചോദിച്ചു.

"ഒന്നുമില്ല" അരുൺ ടെറസിൽ നിന്നും മുറിയിലേക്ക് വന്നു. കണ്ണുകൾ പതിയെ അടയുന്നു. ഓർമകളിലേക്ക് വീണ്ടും യാത്ര. അമ്മ, അച്ഛൻ, കുടുംബക്കാർ!എല്ലാവരെയും ആരൊക്കെയോ ചേർന്ന് ഒറ്റപ്പെടുത്തിയ താണ്. അവിടെ അത് കഴിഞ്ഞില്ല. ഇതാ ഇന്ന് അരുണിലേക്കും എത്തി. എന്തെങ്കിലും കാരണം ഉണ്ടോയെന്ന് അറിയില്ല ; അവർ നാല് പേരും അരുണിനെ ഒറ്റപ്പെടുത്തുന്നുണ്ട്. കോളേജിൽ വന്നപ്പോൾ മുതൽ അനു ഭവിക്കപ്പെട്ട അവഹേളനങ്ങളും ഒറ്റപ്പെടലുകളും മിന്നൽ വേഗത്തിൽ കടന്നു പോയി. അവന്റെ കണ്ണുകൾ നിറഞ്ഞിരുന്നു. മനസ്സിൽ വലിയ

സങ്കട കടൽ രൂപപ്പെട്ടു. ആ കടലിനുമപ്പുറം ഒരു വലിയ കാട്. അവിടെ ഇരയെ പിടിക്കുന്ന ഒരുപാട് മൃഗങ്ങൾ.

വിഷ്ണു കുറേ വൈകിയാണ് മുറിയിലേക്ക് വന്നത്. വന്നപ്പോൾ തൊട്ട് അവൻ അരുണിനെ കുറ്റം പറയാൻ തുടങ്ങി.

"ഈ കുള്ളന്റെ ഒരു വിനയം!"

"ഈ കരിവട്ടന്റെ അഹങ്കാരം കാണണം, എപ്പോ നോക്കിയാലും ഒഴിഞ്ഞ് മാറും"

"ഈ കുള്ളൻ പിന്നെ എന്തിനാ അവിടെ വരുന്നത്?"

"മതീ നിർത്ത്...

ഇനി അങ്ങനെ വിളിക്കണ്ട, എനിക്കിഷ്ടമാവുന്നില്ല..." കുറേ സമയത്തിന് ശേഷം അവൻ പ്രതികരിച്ചു.

വിഷ്ണു നിർത്തിയില്ല, അവൻ തുടർന്നു. അരുണിന്റെ കണ്ണിൽ കണ്ണീർ. അരുൺ ആ സങ്കട കടൽ നീന്തുകയാണ്. അപ്പുറത്തെ കാടാണ് ലക്ഷ്യം. പെട്ടെന്ന് തന്നെ അവിടെയെത്തി. അവിടെ ഇര ആക്രമിക്കപ്പെടുകയാണ്. പൊടുന്നനെ അരുൺ വേട്ടക്കാരനാവുകയാണ്. മുറിയിലുണ്ടായ ഒരു കത്തിയെടുത്ത് വിഷ്ണുവിന്റെ വയറിൽ കുത്തി. അറിയാതെയായിരുന്നു, എന്നാൽ വീണ്ടും അവൻ കുത്തി. അവന്റെ മുഖത്തേക്ക് രക്തം തെറിച്ചു. ഇന്ന് വരെ കേട്ടതൊക്കെയും അവന്റെ തലയിൽ ചുറ്റുന്നു. ആ മുറിയിൽ ചോര നിറഞ്ഞു. പെട്ടെന്ന് സ്വബോധത്തിലേക്ക് അവൻ തിരിച്ചു വന്നു. മുന്നിൽ തന്റെ ചങ്ങാതി ജീവനില്ലാതെ കിടക്കുന്നു. വേഗം അവൻ വാഷ്ബേസിന്റെയവിടെ പോയി. കത്തിയും കൈയും മുഖവും അവൻ കഴുകുകയാണ്. ഉള്ളിൽ കുറ്റബോധം.

വീണ്ടും അവൻ കണ്ണാടിയിലേക്ക് നോക്കി. കണ്ണാടിയിലെ മുഖം മാറുന്നത് പോലെ. പതിയെ അത് കറുപ്പായി മാറി. അവന്റെയുള്ളിൽ വീണ്ടും എന്തോ ചുറ്റുന്നത് പോലെ. അവൻ വീണ്ടും കത്തിയെടുത്ത് മുറിയിലേക്ക് പോയി. അവനെ വീണ്ടും കുത്താൻ നോക്കി. അപ്പോഴേക്കും എല്ലാവരും വന്ന് അവനെ തടഞ്ഞു. താഴെയുള്ള ചോരയിലേക്ക് അവൻ നോക്കി. ആ ചോരയിൽ അവൻ വീണു.

"ആ...

ആ...." അവൻ ഒച്ച വെച്ചു.

കണ്ണുകളിൽ വീണ്ടും കുറ്റബോധം. തന്റെ ചങ്ങാതി മരിച്ചിരിക്കുന്നു. കണ്ണ് നിറഞ്ഞു. ആ കത്തി അവൻ വീണ്ടും അന്വേഷിച്ചു.

ഒറ്റാൻ

രാജ്യത്ത് മൂന്നാഴ്ച ലോക്ക്ഡൗൺ പ്രഖ്യാപിച്ചതോടെ അരുൺ ഒരു നിമിഷം ഇനി എന്താണ് ചെയ്യേണ്ടതെന്ന് അറിയാതെ പകച്ചു നിന്നു പോയി. ഏപ്രിൽ ആദ്യ വാരം ഖത്തറിൽ ഒരു ജോലി ശരിയായതായിരുന്നു. മാർച്ച് പകുതിയും കഴിഞ്ഞപ്പോൾ ഇന്ത്യയിലേക്കും കൊറോണ എത്തി. രാജ്യാന്തര അതിർത്തികൾ അടക്കുകയാണ്. കഷ്ടപ്പെട്ടുണ്ടാക്കിയ ജോലി തന്റെ കണ്മുന്നിൽ വെച്ച് തന്നെ ഇല്ലാണ്ടാകുന്നത് അവന്റെ കണ്ണുകൾ തന്നെ സാക്ഷ്യം വഹിക്കുന്നു. അങ്ങനെ ഒരു ദിവസം ഇനി ഒരു അറിയിപ്പ് ഉണ്ടാകുന്നത് വരെ ഇന്ത്യയിൽ നിന്നും വിദേശത്തേക്ക് വിമാനം ഉണ്ടാകില്ല എന്ന അറിയിപ്പ് വന്നു. അങ്ങനെ അത് സംഭവിച്ചു, ആ ജോലി നഷ്ടമായി.

ബി ടെക്ക് കഴിഞ്ഞിട്ട് ഒരു കൊല്ലത്തോളം അവന് ജോലി ലഭിച്ചിരുന്നില്ല. ഒരു പക്ഷെ ജോലി നോക്കിയില്ല എന്ന് പറയാം. നാല് വർഷം കണ്ണടച്ച് തുറക്കുന്ന പോലെയല്ലേ പോയത്. പക്ഷെ അതിനു ശേഷമുള്ള ഈ ഒരു കൊല്ലം കഴിഞ്ഞു കിട്ടിയത് എങ്ങനെയെന്ന് ഒരു ഊഹവും ഇല്ല. ഖത്തറിലെ ജോലി ശരിയായപ്പോൾ മനസ്സിന് വല്ലാത്തൊരു സന്തോഷമായിരുന്നു. ബാലൻ മാമന്റെ മുന്നിലൂടെ നെഞ്ചും വിരിച്ചൊന്ന് നടക്കണം. ആളുടെ മോളും അരുണും ഒരേ പ്രായക്കാരാണ്. അവൾക്ക് വേഗം തന്നെ ബാങ്കിൽ ജോലി കിട്ടി. അവൾ നന്നായി പഠിക്കും. അത് കൊണ്ട് തന്നെ ഓർമ വെച്ചപ്പോൾ മുതൽ ഒരു തുലനമായിരുന്നു, ക്ലാസ്സിൽ അവളും അരുണും. എല്ലാ സ്ഥലത്തും അവൾ ഒന്നാമതെത്തും. അപ്പോൾ അയാൾ വരും :

“എന്താടാ അരുണേ, നീ ഇങ്ങനെ ഉഴപ്പിയൊക്കെ നടക്കാതെ നേരെ പഠിക്കണം...

ഇവളോട് ചോദിച്ചാ പോരെ, ഇവൾ പറഞ്ഞു തരുലേ...”

സ്നേഹം കൊണ്ടൊന്നുമല്ല, അരുൺ നന്നാവണം എന്നതും കൊണ്ടല്ല. ആൾക്ക് പുച്ഛമാണ്. എതിർക്കാതെ ഒരു ചിരി കൊണ്ട് അവൻ മറുപടി നൽകും. ഇതൊക്കെ മാറേണ്ടതായിരുന്നു. അപ്പോഴായിരുന്നു ലോക്ക്ഡൗൺ, അതിർത്തി അടച്ചു. ഖത്തറിലെ ജോലി നഷ്ടമാകുന്നു.

ബാലൻ മാമന്റെ വീടും അരുണിന്റെ വീടും തൊട്ടടുത്താണ്. ഒരു മതിൽ പോലും ഇല്ല ആ വീടുകൾ തമ്മിൽ. എല്ലാവരും നല്ല ബന്ധത്തിലാണ്. മാമനും അരുണിന്റെ അച്ഛൻ കുമാരനും ഒരുമിച്ചായിരുന്നു ജോലിക്ക് പോയിരുന്നത്. മാമൻ കെ എസ് എ ബിയിലും അച്ഛൻ പോസ്റ്റോഫീസിലുമായിരുന്നു. രണ്ട് ഓഫീസുകളും അടുത്തടുത്താണ്, ഒരു കാൽ വെക്കേണ്ട ദൂരം മാത്രം. ബാലൻ മാമൻ രണ്ട് കൊല്ലം മുമ്പ് വിരമിച്ചു. അച്ഛൻ ജനുവരിയിലും. പിന്നീട് ടൗണിൽ പോകുന്നതും വരുന്നതുമെല്ലാം ഒരുമിച്ച് തന്നെ. അവർ തമ്മിൽ നല്ല ബന്ധം ആണ്. അമ്മമാർ തമ്മിലും. ബാലൻ മാമന്റെ മകൾ അഞ്ജലി പാവമാണ്. അരുണിന്റെ സഹായി ആണെന്ന് തന്നെ പറയാം. അരുൺ കരയുന്നതൊക്കെ അവൾ കണ്ടിട്ടുണ്ട്. മാമൻ കാരണമുള്ള ഏത് പ്രശ്നത്തിനും അവൾ പരിഹാരം കണ്ടെത്തി തരും. ഈ ഖത്തർ ജോലി ശരിയാക്കാൻ ഏറെ പ്രയാസപ്പെട്ടത് അവളായിരുന്നു.

കുറച്ച മുമ്പാണ്, അഞ്ജലി കാനറാ ബാങ്കിൽ ജോലി ചെയ്യുമ്പോഴായിരുന്നു ഒരു പ്രവാസിയെ പരിചയപ്പെട്ടു. രസികനാണ്. സംസാരം തുടരുന്നതിനിടയിൽ അയാൾ വാചാലനായി. അയാളുടെ കമ്പനിയെ പറ്റിയും ഭാവിയിലെ പ്രവർത്തനത്തെയും പറ്റി ഇങ്ങനെ സംസാരിക്കുകയാണ്.

“അപ്പോൾ ഖത്തറിലേക്കുള്ള ഇന്റർവ്യൂവിൽ എന്റെ ഫ്രണ്ടിനെ കൂടി...

എഫിഷ്യന്റ് ആണെന്ന് കണ്ടാൽ മാത്രം ജോലി കൊടുത്താൽ മതി...”

“കോൺടാക്ട് ചെയ്യാൻ പറഞ്ഞോളൂ...” ആൾ ചിരിച്ചു. വൈകാതെ തന്നെ ആളുടെ കമ്പനിയിൽ അരുണിന് ജോലി ലഭിച്ചു.

“താങ്ക്സ്...” ചൂടുള്ള ചായ മേശയിലേക്ക് വെച്ച് അവളോടായി പറഞ്ഞു. അവൾ ചിരിയിലൊതുക്കി.

“ഞാൻ പോവട്ടെ, നിന്റെ അച്ഛനെ ഒന്ന് കാണണം, കുറേയായി ആൾ...” ചായ മുഴുവനും കുടിച്ച് തീർത്ത് അവൻ എഴുന്നേറ്റു. അങ്ങനെ

ഏപ്രിലിലേക്ക് കണ്ണും നട്ടിരിക്കുമ്പോഴായിരുന്നു ലോക്ക്ഡൗൺ. വലിയ പ്രശ്നങ്ങളില്ലാതെ തന്നെ അത് മുന്നോട്ടേക്ക് പോയി. വേറെ പണിയൊന്നും ചെയ്യാനില്ലാത്തതിനാൽ മാമൻ മിക്കപ്പോഴും അച്ഛന്റെ കൂടെ സംസാരിക്കാൻ വരും. അതിനിടയിൽ അരുണിന് കൊള്ളേണ്ട യിടത്ത് കൊള്ളിക്കാനുള്ള പലതും പറയും. അതൊരു ശീലമായി. ഇനി അടച്ചിടാൻ പറ്റില്ല എന്ന അവസ്ഥ വന്നതോടെ എല്ലാം തുറക്കാൻ പോവുകയാണ്.

അങ്ങനെ ദിവസങ്ങൾ കടന്നു പോകുന്നു. അവൻ രാവിലെ എഴുന്നേ റ്റാൽ ഭക്ഷണമൊക്കെ കഴിച്ച് കൂട്ടുകാരുടെ കൂടെ കറങ്ങും. ഒരു ദിവസം അവൻ വീട്ടിലിരുന്ന് ചായ കുടിക്കുകയായിരുന്നു.

"ആഹാ, എന്താ പരിപാടി

ജോലി ഒന്നും നോക്കുന്നില്ലേ..." വീട്ടിലേക്ക് കയറിയപ്പാടെ മാമൻ ചോദിച്ചു. മറുപടി നൽകാതെ അവൻ ഒഴിവാക്കി. കുറച്ചു സമയത്തിന് ശേഷം അവർ പോയി. അച്ഛൻ എന്തിന് അങ്ങനെ ചോദിച്ചു എന്നുള്ള വിഷമം അവളുടെ കണ്ണിലുണ്ടായി.

വേറെയൊരു ദിവസം ഒരു കല്യാണത്തിന്റെ ഇടയിലായിരുന്നു ആ ചോദ്യം, "മോനെ, ജോലി നോക്കുന്നില്ലേ..."

മറ്റൊരു ദിവസം ടൗണിൽ വെച്ച് ഒരു അമ്മാവനും ചോദിച്ചു, "പുറ ത്തേക്കൊക്കെ നോക്കിക്കൂടെ?"

കാണുന്നവരും വരുന്നവരും പോകുന്നവരുമെല്ലാം ചോദ്യം ഉഷാ റായിട്ട് ചോദിക്കുന്നുണ്ട്.

അവൻ അഞ്ജലിക്ക് വാട്സാപ്പിൽ ഒരു മെസ്സേജ് അയച്ചു.

'ഇതൊക്കെ മടുത്തു, എല്ലായിടത്തിന്നും ഒറ്റ ചോദ്യം, നിന്റെ അച്ഛ ന്റെയാ സഹിക്കാൻ പറ്റാതെ... '

അവൾ എന്തൊക്കെയോ പറഞ്ഞ് ഒപ്പിച്ചു.

പിറ്റേന്ന് പതിവ് പോലെ മാമൻ വീട്ടിൽ വന്നിരുന്നു.

"അവൻ എവിടെ?"

"റൂമിലുണ്ട്" അമ്മ പറഞ്ഞു. അരുണിനെ വിളിക്കാൻ വേണ്ടി റൂമിൽ വന്നു. അവൻ വാതിൽ തുറന്നില്ല. പിന്നെ ഭക്ഷണം ഒക്കെ കഴിച്ച് വീണ്ടും റൂമിലേക്ക് തന്നെ പോയി. സാധാരണ കൂട്ടുകാരുടെ കൂടെ പോവാറു ള്ളതും ഒഴിവാക്കി. ചിലപ്പോൾ വീണ്ടും പലരും ചോദ്യങ്ങൾ ചോദിക്കും -ഒന്നും ആയില്ലേ.

അരുണിന്റെ മുറിക്ക് വല്ലാത്തൊരു ഭംഗിയാണ്. അവിടെയുള്ള ജനൽ തുറന്നിട്ടാൽ മുന്നിലെ തോട് കാണാം. അതിനു പിന്നിൽ നീണ്ടു വ്യാപിച്ച കിടക്കുന്ന കവുങ്ങുകൾ. എത്രയോ ദൂരം ആ കാഴ്ചകൾ അങ്ങനെ നീളുന്നു. പതിയെ അരുൺ ആ മുറിയുടെ ഭംഗിയിലേക്ക് വീണു. ചിലപ്പോൾ ആ വീഴ്ചയുടെ അവസാനം ഒരു എഴുന്നേൽക്കൽ ഉണ്ടാവില്ലായിരിക്കാം. അവൻ ഭക്ഷണം കഴിക്കാൻ വേണ്ടി മാത്രം പുറത്തിറങ്ങി. അല്ലാത്ത സമയങ്ങളിലൊക്കെയും ആ ജനാല തുറന്നിട്ട് അതിലൂടെ അനന്തമായ ആ തോട്ടത്തിലേക്ക് അവൻ സഞ്ചരിച്ചു. ചിലപ്പോഴൊക്കെ അവൻ ആ തോട്ടിലെ മീനായി മാറി. ആ കുഞ്ഞു മീനുകൾ വളരെ ബുദ്ധിയുള്ളവരാണ്. എത്ര കഷ്ടപ്പെട്ടാണ് അവയെ തോർത്തിൽ പിടിക്കാനാവുക. വഴുതി പോവാനും എളുപ്പം. ഇടയ്ക്ക് കാറ്റ് വീശും. അപ്പോൾ കവുങ്ങിന്റെ ആട്ടം വല്ലാത്തൊരു കാഴ്ച സമ്മാനിക്കും. ഇത്രയും കാലം നിന്നിട്ടും ഇതൊക്കെ ഇപ്പോഴല്ലേ കാണുന്നതെന്ന് അവൻ ഓർത്തു.

നാവിന് ചങ്ങല വീണത് പോലെ അനുഭവപ്പെടുകയാണ്. ആരോടും മിണ്ടാൻ തോന്നുന്നില്ല. എന്തെങ്കിലും മിണ്ടിയാൽ എല്ലാവരുടെയും അടുത്ത ചോദ്യം ജോലിയെ പറ്റിയാണ്. കേട്ടു മടുത്തു. മുറിക്കകത്ത് തന്നെയാണ് മിക്കപ്പോഴും. ഒറ്റാൻ തടിയായി രാവിലെ മുതൽ രാത്രി വരെ. ഇതിനിടയിൽ അഞ്ജലിയോടും മിണ്ടാതെയായി. കഷ്ടമെന്ന് പറഞ്ഞാൽ മതി, എങ്ങനെയാണ് സംസാരിക്കേണ്ടതെന്ന് മറന്നു പോയത് പോലെ. ആ മുറിക്കപ്പുറം മറ്റൊരു ബന്ധം ഇല്ലാതെ നാളുകളേറെയായി. ഒറ്റാൻ തന്നെ. തീർത്തും പേടിപ്പെടുത്തുന്ന ഒരു മുറിയായി അത് മാറിയിട്ടുണ്ടായിരുന്നു. മുറി വൃത്തിയാക്കാത്തത് കൊണ്ടാവാം നിലം മുഴുവനും പൊടിയായിരുന്നു. നാല് കോണുകളിലും അതിശയിപ്പിക്കുന്ന രൂപത്തിൽ ചിലന്തി മാറാല കെട്ടിയിട്ടിട്ടുണ്ട്. ഇതിനെയൊന്നും ശല്യപ്പെടുത്താതെ അരുൺ മുറിക്കകത്തിരിക്കും. ചിലപ്പോൾ ജനാലയിലൂടെ കാഴ്ചകളെ അങ്ങ് ദൂരെയെത്തിക്കും. അവിടെ ചോദ്യങ്ങൾ ഇല്ലാതെ സമാധാനമായി മനസ്സ് കൊണ്ട് സഞ്ചരിക്കും.

“നിന്റെ ഈ താടിയും മുടിയും ഒന്ന് മുറിച്ചൂടെ...

ഒരു വൃത്തിയുമില്ല...” ഭക്ഷണം കഴിക്കുമ്പോൾ അമ്മ പറഞ്ഞു. ശരിയാണ്, മുടിയും താടിയുമൊക്കെ വളർന്ന് അങ്ങെത്തി. ഒരു കൊല്ലത്തിനു മുകളിലായി ബാർബർ ഷോപ്പിലൊക്കെ പോയിട്ട്. ലോക്ക്ഡൗൺ വരുന്നതിനു തൊട്ടു മുമ്പാണ് അവസാനമായി പോയത്. എല്ലാം പിന്നീടാവട്ടെ എന്ന് കരുതി അവൻ വീണ്ടും മുറിയിലേക്ക് പോയി. ഇന്ന് പുതിയ അതിഥി ഉണ്ട്. ചെറിയ മൂളലുമായി ഒരു കുഞ്ഞ്

കടന്നൽ വട്ടം വെക്കുന്നു. കടന്നൽ കൂട് ഉണ്ടാക്കാനുള്ള ശ്രമമാണെന്ന് തോന്നുന്നു. ഇടയ്ക്ക് അത് അരുണിന്റെ തലയെയും വട്ടം വെക്കുന്നുണ്ട്. ആൾ അക്രമകാരി അല്ലായെന്ന് മനസ്സിലാക്കിയെന്നോണം സ്നേഹത്തോടെയാണ് അതിന്റെ പ്രവർത്തികളൊക്കെയും. ഉറുമ്പും എട്ടുകാലിയും താമസമാക്കിയ ആ മുറിയിലേക്ക് പുതിയ അതിഥി സ്ഥിര താമസത്തിനുള്ള തയ്യാറെടുപ്പുകൾ പൂർത്തിയാക്കി. ഇവരെന്തായാലും ജോലി ആയില്ലേ എന്ന ചോദ്യം ചോദിക്കില്ലായെന്നുള്ള ഉറച്ച വിശ്വാസം അരുണിന്റെ ആത്മവിശ്വാസം വർധിപ്പിക്കുന്നുണ്ട്. ദിവസങ്ങൾക്കുള്ളിൽ കടന്നലിന്റെ ചെറിയ ഒരു കൂട് ആ മുറിയുടെ ഒരു മൂലയിൽ വന്നു. മാറാലകൾ ആ മുറി മൊത്തം നിറഞ്ഞിട്ടുണ്ട്. താഴെ വരി വരിയായി പോകുന്ന ഉറുമ്പുകൾ. എന്നാലും മനുഷ്യനോട് സംസാരിക്കാനാവാതെ ആ മുറിയിൽ ഒറ്റയ്ക്കിരിക്കാൻ അവൻ ആഗ്രഹിച്ചു.

അവൻ ഒറ്റയ്ക്കല്ലായിരുന്നു. കൂടെ എത്ര ആൾക്കാരാ! അവരെയൊന്നും ഉപദ്രവിക്കാത്തത് കൊണ്ടാണെന്ന് തോന്നുന്നു, എല്ലാവരും നല്ല ചങ്ങാത്തമാണ്. ഇവരെ ക്ഷുദ്ര ജീവികൾ എന്ന് വിളിക്കുന്നതിലെ ഔചിത്യമില്ലായ്മ അവനെ വേട്ടയാടാൻ തുടങ്ങി. പതിയെ പതിയെ അവരോടായി സംസാരം. ഭാഗ്യം! സംസാരിക്കാൻ മറന്നിട്ടില്ല. അതിന്റെയിടയിൽ അഞ്ജലിയുടെ കല്യാണം ആയി. അവളോട് മിണ്ടിയിട്ട് കാലം കുറേയായിരുന്നു.

“ടാ...

ഇതാ അഞ്ജലി വന്നിട്ടുണ്ട്, വേഗം വാ” അമ്മ ഉച്ചത്തിൽ പറഞ്ഞു.

“വരുമോയെന്ന് അറീല്ല, അവനിപ്പോ ഇൻട്രോവെർട്ട് ആയ പോലെ, എവിടെയും പോവില്ല, ആ മുറിയിൽ തന്നെ...

മോൾക്ക് അവനോട് ഒന്ന് പറഞ്ഞൂടെ...” അമ്മ പറഞ്ഞൊപ്പിച്ചു. ഉള്ളിലെ വിഷമങ്ങളൊക്കെ വേഗം തീർക്കേണ്ടത് പോലെ. മുറി തുറക്കുന്ന ശബ്ദം അമ്മയെ ചെറുതായി ഒന്ന് അത്ഭുതപ്പെടുത്തി. നീണ്ടു വളർന്ന രോമങ്ങൾക്കിടയിൽ അവന്റെ കണ്ണുകൾ കാണാൻ സാധിക്കുന്നുണ്ട്.

“ഇതൊക്കെ മുറിച്ച് ടിപ്പ് ടോപ്പായിട്ട് വേണം കല്യാണത്തിന് വരാൻ... ഓക്കെ!” അവൾ നിർദ്ദേശിച്ചു. അമ്മ രണ്ട് പേർക്കും ചായ കൊണ്ട് വന്നു. അവൻ അവളോടായി സംസാരിക്കാൻ ശ്രമിച്ചു. ആദ്യമൊന്നും നടന്നില്ല, എന്നാലും അവൻ പതിയെ പതിയെ സംസാരിച്ചു. അവസാനം അവന്റെ കണ്ണീർ വീണ്ടും അവൾ മാത്രം കണ്ടു.

“വഴിയുണ്ട്, എല്ലാം ശരിയാക്കാം...” അഞ്ജലി ചിരിച്ച് കൊണ്ട് പറഞ്ഞു.

“എന്തായാലും വരണം...” അവൾ ഇറങ്ങി.

അവളുടെ കല്യാണം ഭംഗിയായി തന്നെ നടന്നു. അരുൺ മുന്നിൽ തന്നെ ഉണ്ടായി. ബാലൻ മാമൻ അന്ന് വരെ കാണിക്കാത്ത പ്രത്യേക സ്നേഹം അരുണിനോട് കാണിക്കുന്നുണ്ടായിരുന്നു. കുറച്ച ദിവസങ്ങൾക്ക് ശേഷം വീട്ടിൽ ചായയുമായി ഇരിക്കുമ്പോഴായിരുന്നു ഖത്തറിൽ നിന്നും വീണ്ടും ജോലിക്കുള്ള ക്ഷണം വരുന്നത്. അഞ്ജലി എന്തൊക്കെയോ ചെയ്തിട്ടുണ്ടാകണം. അരുൺ സന്തോഷത്തിന്റെ പാരമ്യത്തിലെത്തി. അന്ന് വൈകുന്നേരം അവനും അമ്മയും അവന്റെ മുറിയിലേക്ക് കയറി. രണ്ട് പേരും ചേർന്ന് മുറി വൃത്തിയാക്കുകയാണ്. കടന്നലിന്റെ കൂടുകൾ അമ്മ നിഷ്കരുണം തച്ചുടച്ചു. മാറാലകളെയും ചിലന്തിയെയും അതിവേഗം മുറിയിൽ നിന്നും നാട് കടത്തി. എന്താണ് നടക്കുന്നതെന്ന് അറിയാതെ ആ ക്ഷുദ്ര ജീവികൾ അമ്പരപ്പോടെ നിന്നിട്ടുണ്ടാകാം.